சாணக்கியர் கதைகள்

KATHA CHANAKYA

NOW IN TAMIL

கனவு காண்பவர்களுக்கும்
சிந்திப்பவர்களுக்குமான
சிந்தனைக் சிதறல்கள்

ராதாகிருஷ்ணன் பிள்ளை

தமிழாக்கம்: நாகலட்சுமி சண்முகம்

ஜெய்கோ பப்ளிஷிங் ஹவுஸ்
அகமதாபாத் பெங்களூரு சென்னை டில்லி
ஹைதராபாத் கொல்கொத்தா மும்பை

Published by Jaico Publishing House
A-2 Jash Chambers, 7-A Sir Phirozshah Mehta Road
Fort, Mumbai - 400 001
jaicopub@jaicobooks.com
www.jaicobooks.com

© Radhakrishnan Pillai

KATHA CHANAKYA
சாணக்கியர் கதைகள்
ISBN 978-93-86348-84-5

தமிழாக்கம்: நாகலட்சுமி சண்முகம்

First Jaico Impression: 2017
Second Jaico Impression (New Cover): 2021
Fourth Jaico Impression: 2024

No part of this book may be reproduced or utilized in
any form or by any means, electronic or
mechanical including photocopying, recording or by any
information storage and retrieval system,
without permission in writing from the publishers.

Printed by
Repro India Limited, Mumbai

கதைகள்மீது எப்போதும் காதல் கொண்டிருக்கின்ற, உங்களுக்குள் இருக்கின்ற அந்தக் குழந்தைக்கு இப்புத்தகத்தை நான் காணிக்கையாக்குகிறேன்.

நுழையுமுன்

கடந்த இருபது ஆண்டுகளாக, சாணக்கியர் எனும் மாமனிதரை ஆய்வு செய்வதற்கும் அவரைப் புரிந்து கொள்வதற்கும் நான் முயற்சி செய்து வந்துள்ளேன்.

சாணக்கியரின் தீவிர மாணவர் மற்றும் பக்தர் என்ற முறையில், டாக்டர் சந்திரபிரகஷ் திவிவேதியின் 'சாணக்கியர்' போன்ற தொலைக்காட்சித் தொடர்கள், நிபுணர்களுடனும் அறிஞர்களுடனுமான விவாதங்கள், புத்தகங்கள், ஆராய்ச்சிக் கட்டுரைகள், இணையம், மற்றும் பிற மூலங்களின் ஊடாக, சாணக்கியரின் வாழ்க்கையை நான் ஆராய்ந்து வந்துள்ளேன். அவருடைய ஞானத்தைப் பரப்புவதென்று நான் தீர்மானித்ததற்கு முன்பாக, அவரைப் பற்றி என்னால் கற்றுக் கொள்ள முடிந்த அனைத்தையும் நான் தேடிக் கற்றறிந்தேன்.

நான் அவரைப் பற்றி எவ்வளவு அதிகமாகத் தெரிந்து கொண்டேனோ, அவ்வளவு அதிகமாக நான் மேலும் தெரிந்து கொள்ள விரும்பினேன். ஒவ்வொரு நாளும் அவரை ஒரு புதிய கோணத்தில் நான் பார்த்தேன். 'கார்பரேட் சாணக்கியா,' 'சாணக்கியரின் 7 தலைமை ரகசியங்கள்,' 'உங்களுக்குள் இருக்கும் சாணக்கியன்' ஆகிய என்னுடைய முந்தைய நூல்களில் அந்த மாமனிதரின் பல்வேறு பரிமாணங்களை நான் அலசியுள்ளேன். ஆனால் அவருடைய வாழ்க்கையைப் பற்றியும், அதில் அடங்கியுள்ள உத்வேகமூட்டும் கதைகளைப் பற்றியும் இதற்கு முன்பு ஒருபோதும் நான் எழுதியதில்லை.

அதுதான் இந்நூலை மற்றவற்றிலிருந்து வித்தியாசப்படுத்துகிறது. இந்நூலில் இடம்பெற்றுள்ள கதைகள் அனைத்தும் சாணக்கியரின் வாழ்க்கையிலிருந்து கற்றுக் கொள்ளப்பட வேண்டிய பல படிப்பினைகளைப் பற்றியவையே. சில கதைகள் வரலாற்றுப்பூர்வமானவை, சில கதைகள் பாரம்பரியமானவை. மேலும் சில கதைகள் என்னுடைய கற்பனையில் விளைந்தவை.

ஆனால் ஒவ்வொரு கதையும் ஒரு செய்தியைக் கொண்டுள்ளது. ஒரு வாசகர் என்ற முறையில், ஒரு தனிப்பட்ட அளவில் அச்செய்திகளை உங்களால் ஆய்வு செய்யவும் புரிந்து கொள்ளவும் முடியும். பெரும்பாலான கதைகளில், சாணக்கியர், அவருடைய மாணவரான சந்திரகுப்தன் ஆகிய இரண்டு மையக் கதாபாத்திரங்கள் இடம்பெற்றுள்ளன. ஆசிரியர் மற்றும் மாணவன் என்ற முறையில், சாணக்கியரும் சந்திரகுப்தனும் பல்வேறு விஷயங்களைப் பற்றிக் கலந்து பேசுகின்றனர், விவாதிக்கின்றனர். அவ்விஷயங்கள் இன்றைய காலகட்டத்திலும் பொருத்தமானவையாக இருக்கின்றன. சாணக்கியரின் கதைகள் உங்களுக்குள் ஓர் ஒட்டுமொத்தப் புதிய மனிதனை வெளிக்கொணர உதவும்.

"நீங்கள் உங்களுடைய அடுத்தப் புத்தகத்தில் எதைப் பற்றி எழுதப் போகிறீர்கள்?" என்று ஒரு வாசகர் ஒருமுறை என்னிடம் கேட்டார்.

நான் சற்றும் தயங்காமல், "சாணக்கியரைப் பற்றிய கதைகளை நான் எழுதப் போகிறேன்," என்று பதிலளித்தேன்.

ஆனால் அக்கேள்வி என்னை யோசிக்க வைத்தது. யாருக்காக நான் அந்தக் கதைகளை எழுதப் போகிறேன்? அதற்கான ஒரு தெளிவான பதில் அப்போது என்னிடம் இருக்கவில்லை. அன்றிரவு நான் என் குழந்தைகளைத் தூங்கச் செய்தபோது, ஒரு கதை கூறும்படி அவர்கள் என்னிடம் கேட்டனர். சாணக்கியரைப் பற்றிய ஒரு கதையை நான் அவர்களுக்குக் கூறினேன். அன்றைய தினத்தின் முற்பகுதியில் என் மனத்தில் எழுந்த கேள்விக்கான விடை அப்போது எனக்குக் கிடைத்தது. குழந்தைகளும் பெரியவர்களும் சம அளவில் கதைகளை நேசிக்கின்றனர். அறிவையும் ஞானத்தையும் கைவசப்படுத்துவதற்கான ஒரு வழியாகக் கதைகள் திகழ்கின்றன.

எனவே, இந்நூலில் இடம்பெற்றுள்ள கதைகள் அனைத்தும் எல்லோருக்குமாக எழுதப்பட்டுள்ளன. உங்கள் குழந்தைகள், நண்பர்கள், குடும்பத்தினர், சக ஊழியர்கள், உங்களுக்குத் தெரிந்தவர்கள் ஆகிய அனைவரையும் மனத்தில் வைத்தே இக்கதைகள் இங்கு கொடுக்கப்பட்டுள்ளன. நீங்கள் என்னிடம் பகிர்ந்து கொள்ள விரும்புகின்ற கதைகள் ஏதேனும் உங்களிடம் இருந்தால், தயங்காமல் நீங்கள் அவற்றை எனக்குத் தெரிவிக்கலாம்.

நீங்கள் இந்நூலைப் படித்து ரசித்து மகிழ்ந்திருந்தால், அதையும் எனக்குத் தெரியப்படுத்துங்கள். என் அன்புக்குரிய ஆச்சாரியார் சாணக்கியரைப் பற்றிய இன்னும் ஏராளமான கதைகளை விரைவில் நான் உங்களுக்கு வழங்குவேன்.

முன்னுரை

அவர் உங்களுக்குப் பின்னால் நின்று
கொண்டிருக்கிறார்.
அவர் அங்கு இருக்கிறார் என்பதை நீங்கள் அறியும்
முன்பாகவே, அவர் உங்களைக் கண்காணித்துக்
கொண்டிருக்கிறார்.
ஆனால் நீங்கள் பயப்படத் தேவையில்லை.
ஏனெனில், அவர் தீயவரல்ல, பயங்கரமானவரும் அல்ல.
வியூகங்களை அமைப்பதிலும் அரசர்களை
உருவாக்குவதிலும் கைதேர்ந்தவர் அவர்.
மக்கள் அவரைச் சாணக்கியர் என்றும், கௌடில்யர்
என்றும், விஷ்ணுகுப்தர் என்றும் அழைக்கின்றனர்.
ஆனால் உண்மையில், அவர் ஒரு மர்மயோகியாவார்.

ஒருமுறை, "ஒரு மர்மயோகி என்றால் என்ன?" என்று ஒரு குழந்தையிடம் கேட்கப்பட்டது.

சூதுவாது அறியாத அக்குழந்தை ஓர் ஆழமான பதிலை அதற்குக் கொடுத்தான்: "ஒரு மர்மயோகி என்பவர் நம் எல்லோரையும்விட மிகவும் உயர்ந்தவர். அவர் நமக்குக் கற்றுக் கொடுப்பதற்காக சொர்க்கத்திலிருந்து வருகிறார். அவர் இறைவனின் சொந்தத் தூதுவர். அவர் ஒருவரால் மட்டுமே தெய்வீகத்தின் உண்மையான பாதையை மனிதர்களுக்குக் காட்ட முடியும்."

"அந்த மர்மயோகி இவை எல்லாவற்றையும் எப்படிச் செய்கிறார்?"

அக்குழந்தை அழகாகப் புன்னகைத்துவிட்டு, "தன் கதைகள் மூலமாக," என்று பதிலளித்தான்.

கதைகள் தம் சொந்த வழியில் நம்மை முற்றிலும் வேறொரு தளத்திற்கு அழைத்துச் சென்றுவிடுகின்றன. ஒவ்வொரு கதையும்

ஒரு நீதிக் கருத்தைக் கொண்டுள்ளது, ஆனால் அதே சமயம், நம்முடைய ஆன்மாவைத் தொடக்கூடிய ஓர் ஆழமான விஷயத்தையும் அது உள்ளடக்கியுள்ளது.

தனக்கு ஒரு கதையைக் கூறும்படி அக்குழந்தை கூறினான். சாணக்கியரைப் பற்றிய ஒரு கதை அவனுக்குக் கூறப்பட்டது. பிறகு, தனக்கு இன்னொரு கதை வேண்டும் என்று அவன் கூறினான். அவனுக்கு அக்கதைகள் மிகவும் பிடித்துப் போனதால், சாணக்கியரைப் பற்றிய மேலும் பல கதைகளைத் தனக்குக் கூறும்படி அவன் கேட்டான். அக்கதைகள் வரலாற்றுரீதியான உண்மைத் தகவல்களைக் கொண்டிருந்தனவா என்பதைப் பற்றியோ, அவை கற்பனையாகப் புனையப்பட்டிருந்தனவா என்பதைப் பற்றியோ அவன் அக்கறை கொள்ளவில்லை. தினமும் இரவில் தான் படுக்கப் போனபோது தனக்கு ஒரு புதிய கதை இருந்ததா என்பதன்மீது மட்டுமே அவன் அக்கறை கொண்டிருந்தான்.

எனவே, அவனுக்காக ஏராளமான கதைகள் உருவாக்கப்பட்டன. அக்குழந்தையின் ஆற்றலும் உற்சாகமும் அத்தனைக் கதைகள் உருவாக்கப்படுவதைச் சாத்தியமாக்கின. திடீரென்று ஒரு நாள், அவனுடைய கண்களில் ஒரு பிரகாசம் தென்பட்டது. அவன் ஒரு வியத்தகு புன்னகையை வீசினான். அது கிட்டத்தட்ட ஒரு மர்மயோகியினுடைய புன்னகைபோல இருந்தது.

அக்கதைகளின் சக்தி, அவற்றில் உள்ளடங்கியிருந்த மாயாஜாலம், அவற்றின் வார்த்தைகளில் இருந்த உண்மை ஆகியவற்றின் ஊடாக, அக்குழந்தை மெல்ல மெல்லத் தானே ஒரு மர்மயோகியாக மாறியிருந்தான்.

> தினமும் ஒரு கதையைக் கேட்பது அறியாமையைப்
> போக்குகிறது. நமக்குள் இருக்கின்ற குழந்தை,
> கதைகளை நேசிக்கிறது. அதே குழந்தை,
> அக்கதைகளை உருவாக்கவும் செய்கிறது. எனவே,
> எந்த இடையூறும் இன்றி ஒவ்வொரு கதையாக
> வெளிவரட்டும். உங்களுக்குள் இருக்கின்ற அந்த
> மர்மயோகியைச் சாணக்கியர் சந்திக்கட்டும். இனி
> கதைகள் தொடங்கட்டும் . . .

உள்ளடக்கம்

நுழையுமுன்	v
முன்னுரை	vii

பகுதி 1: முதல் பத்துக் கதைகள்
சாணக்கியர் எனும் ஆசிரியர்

1.	அர்ப்பணிப்பும் சுயஒழுங்கும்	2
2.	குடும்பத்திற்கே முன்னுரிமை	7
3.	போரில் கூட்டிணைப்பு	12
4.	பலவீனமான இணைப்பு	18
5.	'ஒன்று' என்பதன் சக்தி	24
6.	ஒரு கச்சிதமான மாணவனுக்கான தேடல்	30
7.	அரிசிச் சோற்றுப் போர் உத்தி	36
8.	ஆன்விக்ஷிகி – சிந்தனை அறிவியல்	42
9.	அரசரா அல்லது அரசர்களை உருவாக்குபவரா?	48
10.	தனநந்தனின் தண்டனை	54

பகுதி 2: அடுத்தப் பத்துக் கதைகள்
சாணக்கியர் எனும் வாழ்க்கை வழிகாட்டி

1.	கல்வியுரிமை	60
2.	காதலும் போரும்	66
3.	மனத்திற்கான விளையாட்டுகள்	72
4.	இரண்டு விளக்குகள்	78
5.	வாழ்வின் நோக்கம்	84
6.	சாணக்கியரின் கச்சிதமான அரசன்	89
7.	நாடும் ராஜ்யமும்	95
8.	உங்கள் அகங்காரத்தை ஒதுக்கி வையுங்கள்	100
9.	ஓர் அரசனின் மனப்போக்கு	105
10.	இசையின் முக்கியத்துவம்	110

பகுதி 3: கடைசிப் பத்துக் கதைகள்
சாணக்கியரின் மகத்துவம்

1.	செல்வத்தை உருவாக்குதல்	116
2.	அமைதியான தண்டனை	121
3.	வாழ்வின் மதிப்பு	126
4.	உங்கள் வரிகளைச் செலுத்திவிடுங்கள்	131
5.	அமைதியான முறையில் பணத்தை மீட்டெடுத்தல்	136
6.	பெண்களுக்கான வேலை வாய்ப்பு	142
7.	ஓர் ஆசிரியரின் மகன்	147
8.	அனுபவச் செல்வம்	152
9.	நல்ல நிர்வாகத்திற்கான ரகசியம்	157
10.	உலகைவிட்டுப் பிரிதல்	162

பகுதி 1: முதல் பத்துக் கதைகள்
சாணக்கியர் எனும் ஆசிரியர்

அர்ப்பணிப்பும் சுயஒழுங்கும்
குடும்பத்திற்கே முன்னுரிமை
போரில் கூட்டிணைப்பு
பலவீனமான இணைப்பு
'ஒன்று' என்பதன் சக்தி
ஒரு கச்சிதமான மாணவனுக்கான தேடல்
அரிசிச் சோற்றுப் போர் உத்தி
ஆன்விக்ஷிகி – சிந்தனை அறிவியல்
அரசரா அல்லது அரசர்களை உருவாக்குபவரா?
தனநந்தனின் தண்டனை

❈❈

பகுதி 2: அடுத்தப் பத்துக் கதைகள்
சாணக்கியர் எனும் வாழ்க்கை வழிகாட்டி

❈❈

பகுதி 3: கடைசிப் பத்துக் கதைகள்
சாணக்கியரின் மகத்துவம்

அத்தியாயம் 1

அர்ப்பணிப்பும் சுயஒழுங்கும்

ஆச்சாரியார் நீதி

எத்தனை முறை நீங்கள் ஓர் உறுதிமொழியை மேற்கொண்டுவிட்டுப் பிறகு அதை மீறியிருக்கிறீர்கள்?

ஒவ்வொரு புத்தாண்டிலும் மேற்கொள்ளப்படுகின்ற தீர்மானங்களை இதற்கு எடுத்துக்காட்டுகளாகக் கூறலாம். எடையைக் குறைப்பது, காலையில் சீக்கிரம் கண்விழிப்பது, ஒரு பணித்திட்டத்தை நிறைவு செய்வது அல்லது ஒரு புதிய பணித்திட்டத்தைத் துவக்குவது என்று எதுவாக இருந்தாலும் சரி, நாம் அதை மிகுந்த உற்சாகத்தோடு துவக்குகிறோம், ஆனால் பாதியிலேயே நாம் வழி தவறிவிடுகிறோம். ஒன்று, நாம் சற்று அசமந்தமாக ஆகிவிடுகிறோம் அல்லது நம்முடைய இலக்கை நாம் மறந்துவிடுகிறோம். பணித்திட்டங்களைத் துவக்குவது முக்கியமல்ல, அவற்றை முழுமையாக நிறைவேற்றுவதுதான் முக்கியம். அர்ப்பணிப்பு இல்லாததுதான் இங்குள்ள உண்மையான ஒரே பிரச்சனை.

சாணக்கியர் சுயஒழுங்கு கொண்டவராகவும் அர்ப்பணிப்புக் கொண்டவராகவும் இருந்தார். மன உறுதி என்று வந்தபோது, அகங்காரம் கொண்ட அரசனான தனநந்தனை அவனுடைய அரியணையிலிருந்து தூக்கியெறிவதென்று சாணக்கியர் மேற்கொண்ட சபதம், மகாபாரதத்தில் பீஷ்மர் மேற்கொண்ட சபதத்திற்கு இணையானதாக இருந்தது. (பீஷ்மர் தான் சாகும்வரை அந்த சபதத்தைக் கடைபிடித்தார்.)

ஆச்சாரியார் கதை

தத்துவம் தொடர்பான விஷயங்களில் அரசர்கள் சிறப்பாகக் கற்றறிந்தவர்களாக இருந்தனர். குருகுலத்தில் தங்களுடைய சிறுவயது முதலாகவே ஓர் ஆன்மீக அடித்தளத்தை அவர்கள் பெற்றுவிடுகின்றனர். ஒரு குருகுலம் என்பது தங்கும் வசதிகளோடுகூடிய ஒரு பள்ளியாகும். மாணவர்கள் அங்கு தங்கித் தங்கள் குருவிடம் கல்வி பயின்றனர். குருகுலத்தில் கல்வி பயின்ற இளம் இளவரசர்கள் பின்னாளில் அரியணையில் ஏறி அமர்ந்தவுடன், குருகுலத்தில் தாங்கள் கற்றுக் கொண்ட அடிப்படைகளை மறந்துவிடாமல் இருப்பதை உறுதி

செய்வதற்காக, ஆட்சி செய்த அரசனும் அவனுடைய அமைச்சர்களும், ஒவ்வோர் ஆண்டும் அறிஞர்களையும் நிபுணர்களையும் வரவழைத்து, தத்துவரீதியான விவகாரங்களை அவர்களோடு கலந்து பேசினர். நவீனகாலக் கருத்தரங்குகளை அவற்றோடு ஒப்பிடலாம். தனநந்தனும் இப்படிப்பட்ட நிகழ்வுகளைத் தன்னுடைய அரசவையில் நடத்தியபோதிலும், அவை வெறும் நேரவிரயம் என்று அவன் கருதினான். இந்த வழக்கம் அவனுடைய மூதாதையர் உருவாக்கியிருந்த ஒன்றாக இருந்ததால், வேறு வழியின்றி அவன் அந்தப் பாரம்பரியத்தைத் தொடர வேண்டியிருந்தது.

ஒருமுறை, அவனுடைய அரசவையில் அப்படிப்பட்ட ஒரு நிகழ்வில் கலந்து கொண்டு தங்களுடைய புதிய யோசனைகளை வழங்குவதற்காகப் பல அறிஞர்கள் அங்கு வந்திருந்தபோது, தனநந்தன் தன் அரசவைக்கு வரவில்லை. இப்படிப்பட்டக் கலந்துரையாடல்களை அரசன் இல்லாமல் தொடங்க முடியாது. தனநந்தனின் அவையில் முதன்மந்திரியாக இருந்த அமத்ய ராக்ஷஸ், வேதங்களில் பெரும் புலமை பெற்ற அறிஞராக இருந்தார். அவர் தன் அறிவுக்காகவும் ஞானத்திற்காகவும் மக்களால் பெரிதும் மதிக்கப்பட்டார். அவர் அரசனின் நம்பிக்கைக்குரிய ஆலோசனையாளராக இருந்தார். உண்மையில், தனநந்தனுடைய ராஜ்யத்தின்மீது அமத்ய ராக்ஷஸ்தான் அதிகாரம் செலுத்தி வந்தார்.

அறிஞர் பெருமக்கள் கூடியிருந்த அந்த நிகழ்வுக்கு தனநந்தன் வராமல் போனதன் விளைவாக, கற்றறிந்தோரின் சமூகத்தில் மகத ராஜ்யம் தன் மதிப்பையும் மரியாதையையும் இழந்துவிடக்கூடிய ஆபத்தை எதிர்கொண்டிருந்ததை அமத்ய ராக்ஷஸ் உணர்ந்தார். இது நிகழாமல் தடுப்பதற்காக, அவர் தனநந்தனின் அறைக்கு விரைந்தார். அங்கு அவன் சரசமாடிக் கொண்டிருந்ததை அவர் கண்டார்.

"அரசே, அறிஞர்களும் நிபுணர்களும் உங்களுக்காக அரசவையில் காத்துக் கொண்டிருக்கின்றனர். தயவு செய்து என்னோடு வாருங்கள். மகத ராஜ்யத்திற்கு அதனுடைய அரசர் தேவைப்படுகிறார். உங்களுடைய இந்த லீலைகளை நீங்கள் பிறகு தொடரலாம்," என்று அமத்ய ராக்ஷஸ் கூறினார்.

"மகா அமத்ய ராக்ஷஸரே, நீங்கள் இப்போது என்னிடம் கூறியதை வேறு யாரேனும் கூறியிருந்தால், அவனை இக்கணமே நான் கொன்றிருப்பேன். அரசனுக்கு ஆணையிட யாருக்கும் உரிமை இல்லை. ஆனால் நான் உங்களைப் பெரிதும் போற்றுவதால், நான் உங்களோடு வருகிறேன்," என்று தனநந்தன் கூறினான்.

அவன் அரசவைக்கு வந்த சிறிது நேரத்திற்குள்ளாகவே, அங்கு நடைபெற்றுக் கொண்டிருந்த கலந்துரையாடல்கள்மீது

அவன் ஆர்வம் இழக்கத் தொடங்கினான். அங்கிருந்த அறிஞர்களை அவன் கேலி செய்யவும் தொடங்கினான். அந்த அறிஞர்களிடையே வீற்றிருந்த ஆச்சாரியார் சாணக்கியரால் அவனுடைய நடத்தையை அதற்கு மேல் பொறுத்துக் கொள்ள முடியவில்லை. எனவே, அவர் அங்கிருந்து வெளியேறினார். சாணக்கியர் தன்னுடைய அரசவையிலிருந்து வெளியேறிக் கொண்டிருந்ததைக் கண்ட தனநந்தன், அவர் தன்னை அவமதித்திருந்ததாகக் கருதினான்.

அவரைத் தடுத்துநிறுத்தும்படி தன் வாயிற்காப்போன்களுக்குக் கட்டளையிட்ட அவன், "நீங்கள் இப்படிப் பாதியிலேயே இங்கிருந்து போவதாக இருந்தால், முதலில் நீங்கள் ஏன் இங்கு வந்தீர்கள்?" என்று கேட்டான்.

சாணக்கியர் ஓர் உறுதியான குரலில், "மகத ராஜ்யத்தில் அறிவெனும் விளக்கு இன்னும் எரிந்து கொண்டிருந்ததா என்பதைப் பார்ப்பதற்கும், நாம் எல்லோருமாக ஒன்றிணைந்து அலெக்சாண்டரின் தாக்குதலை எதிர்த்துச் சண்டையிட்டு அவனை அழிக்க முடியுமா என்பதைப் பார்ப்பதற்குமே நான் இங்கு வந்தேன். ஆனால் நான் என் தவறை உணர்ந்து கொண்டுவிட்டேன். இனிமேலும் நான் என்னுடைய நேரத்தை இங்கு வீணாக்க விரும்பவில்லை," என்று பதிலளித்தார்.

இதைக் கேட்டுக் கடுங்கோபம் கொண்ட தனநந்தன், "இவனை என்னுடைய ராஜ்யத்திலிருந்து தூக்கி வெளியே எறியுங்கள்!" என்று முழங்கினான்.

அரசவை வாயிற்காப்பாளர்கள் சாணக்கியரின் குடுமியைப் பிடித்து இழுத்து, அவரை அரசவையைவிட்டு வெளியே தள்ளினர். அவர்கள் இப்படிச் செய்தபோது, சாணக்கியரின் குடுமி அவிழ்ந்துவிட்டது. ஒரு பிராமணரின் தலையில் இருக்கும் குடுமி ஓர் அடையாளக் குறியீடு ஆகும். அவர் தன் குருவின்மீதும், கடவுளின்மீதும், வேத நூல்களின்மீதும் கொண்டிருக்கும் அர்ப்பணிப்பை அது உணர்த்துகிறது. தினமும் காலைநேரப் பிரார்த்தனைகளுக்குப் பிறகு அவர் அதைப் புதிதாக முடிகிறார். வாயிற்காவலர்கள் தன்னுடைய குடுமியைப் பிடித்து இழுத்து அதை அவிழ்த்ததைத் தனக்கு ஏற்பட்ட உச்சகட்ட அவமானமாகக் கருதிய சாணக்கியர், அங்கு தன்னுடைய பயங்கரமான சபதத்தைச் சூளுரைத்தார்.

"அரசே, மகத ராஜ்யத்தின் அரியணையிலிருந்து உன்னைத் தூக்கி எறியும் நாள்வரை நான் என்னுடைய இந்தக் குடுமியை முடிய மாட்டேன்!"

அந்த நேரம்வரை, சாணக்கியர் ஓர் ஆசிரியராக மட்டுமே இருந்தார். எந்தவிதமான அதிகாரமோ, பதவியோ, அல்லது தன் கட்டளையின்கீழ் இயங்கிய ஒரு படையோ அவருக்கு இருக்கவில்லை. ஆனால், நாட்டின் மிகவும் சக்திவாய்ந்த

அரசர்களில் ஒருவனை அவனுடைய அரியணையிலிருந்து தான் தூக்கி எறியவிருந்ததாக அவர் ஒரு சபதம் எடுத்திருந்தார்.

வெறுமனே ஒரு சபதம் மேற்கொள்வது மட்டும் போதாது. அதை நிறைவேற்றுவதை நோக்கி ஒருவன் செயல்பட வேண்டும். எனவே, சாணக்கியர் தினமும் தன்னுடைய குடுமியைப் பார்த்துவிட்டு, தன்னுடைய சபதத்தைத் தனக்குத் தானே நினைவுபடுத்திக் கொண்டார். இறுதியில், தனநந்தனை அவனுடைய அரியணையிலிருந்து அகற்றிவிட்டு, சந்திரகுப்தனுக்கு இந்தியப் பேரரசனாக முடிசூட்டி அவர் வரலாறு படைத்தார். இதன் விளைவாக, மௌரிய சாம்ராஜ்யம் வேரூன்றத் தொடங்கியது.

உள்நோக்குகள்

- அர்ப்பணிப்பும் மன உறுதியும் கொண்ட ஒருவனை மோசமான பேர்வழிகள்கூட அங்கீகரிக்கின்றனர். தனநந்தன் யாரையும் மதிக்கவில்லை - அமத்ய ராக்ஷஸைத் தவிர! அமத்ய ராக்ஷஸ் ஒரு நம்பகமான, திறமையான அமைச்சராக இருந்தார். எனவே, தீயொழுக்கம் கொண்ட அரசான தனநந்தன், அமத்ய ராக்ஷஸின் ஞானத்திற்காகவும் அர்ப்பணிப்பிற்காகவும் அவரை மதிக்க வேண்டிய கட்டாயத்திற்கு ஆளானான்.
- அறிவார்ந்த நபர்கள் உங்களைச் சூழ்ந்திருக்கும்படி பார்த்துக் கொள்ளுங்கள். அரசர்கள்கூட அறிவார்ந்தவர்களிடம் ஆலோசனையும் அறிவுரையும் பெற வேண்டியிருந்தது எனும்போது, அப்பழக்கத்தைப் பின்பற்றுவதிலிருந்து நம்மாலும் பயனடைய முடியும்.
- நீங்கள் கூறுகின்ற வார்த்தைப்படி நடந்து கொள்ளுங்கள். சாணக்கியர் தினமும் தன் குடுமியைப் பார்த்துவிட்டு, தான் மேற்கொண்ட சபதத்தைத் தனக்குத் தானே நினைவுபடுத்திக் கொண்டார். அதே சமயம், தன்னுடைய வார்த்தைகளை மெய்யாக்குவதற்குத் தேவையான நடவடிக்கைகளையும் அவர் மேற்கொண்டார்.

அத்தியாயம் 2

குடும்பத்திற்கே முன்னுரிமை

ஆச்சாரியார் நீதி

உங்கள் குடும்பம் உங்களுக்கு எவ்வளவு முக்கியம்?
ஒரு தனிநபரின் வாழ்வில் அவனுடைய குடும்பம் அவனுக்கு எவ்வளவு முக்கியம் என்பதைச் சாணக்கியர் நன்றாக அறிந்திருந்தார். ஒரு தனிநபர் என்பவன் தன் குடும்பத்தின் ஒரு பகுதியாக இருக்கிறான். அவனுடைய குடும்பம் அவனுடைய சமூகத்தின் ஒரு பகுதியாக இருக்கிறது. சமூகங்கள் இணைந்து ஒரு நாட்டை உருவாக்குகின்றன. ஒரு நாட்டை உருவாக்குவதற்கு ஒவ்வொரு தனிநபரின் பங்களிப்பும் முக்கியமாகும். ஆனால், ஒரு தனிநபர் என்பவன் ஒரு குடும்பத்தின் ஒரு பகுதியாகவும் இருப்பதால், நாட்டை வளர்த்தெடுப்பதில் அவனுடைய குடும்பமும் அதே அளவு முக்கியமாகும்.

ஆச்சாரியார் கதை

உலகத்தை வெற்றிகொள்ளப் புறப்பட்டிருந்த அலெக்சாண்டர், விரைவில் இந்திய எல்லையை வந்தடைந்தான். அவன் எக்கணமும் இந்தியாவுக்கு வருவான் என்பதை அறிந்திருந்த சாணக்கியர், அவனை எதிர்த்துச் சண்டையிடுவதற்குத் தாங்கள் தயாராக இருக்க வேண்டும் என்பதையும் அறிந்திருந்தார். அலெக்சாண்டரைத் தோற்கடிப்பதற்கு அவர் சிந்தித்து வைத்திருந்த பல உத்திகளில், தன் சொந்த மாணவர்களைக் கொண்டு ஒரு படையை உருவாக்குவது மிக முக்கியமான ஒன்றாக இருந்தது. அப்படை, ஆண்களையும் பெண்களையும் உள்ளடக்கியதாக இருக்கும்.

இந்த உத்தியில் பல அனுகூலங்கள் இருந்தன. ஒரு குரு-சிஷ்யன் உறவு ஒரு வலிமையான, வாழ்நாள் முழுவதும் நீடிக்கின்ற அர்ப்பணிப்பாகும். ஒருவன் தன் நகரத்தையும், தன் மேலதிகாரியையும், தன் நிறுவனத்தையும் மாற்றக்கூடும், ஆனால் அவன் தன் ஆசிரியர்மீது அர்ப்பணிப்புடன் இருக்கிறான். சாணக்கியரின் மாணாக்கர்கள் அடங்கிய படை அவரிடம் முழுமையான அர்ப்பணிப்புக் கொண்டிருந்தது. அவருடைய அறிவுறுத்தல்களைப் பரிபூரணமான விசுவாசத்துடன் அவர்கள் பின்பற்றினர்.

ஆனால், தங்களுடைய குடும்பத்தால் ஏற்படக்கூடிய அழுத்தத்திற்கு அவர்கள் அடிபணியக்கூடும் என்பதையும் சாணக்கியர் அறிந்திருந்தார். ஒரு திறமையான உளவியலாளரான அவர், தன்னுடைய மாணவர்களின் மனங்களையும் அவர்களுடைய குடும்பத்தினரின் மனங்களையும் புரிந்து வைத்திருந்தார். எனவே, தன்னுடைய இளம் மாணவர்கள் தங்களுடைய குடும்பங்களின் அனுமதியோடும் ஆசீர்வாதங்களோடும் மட்டுமே தன்னுடைய படையில் சேரலாம் என்று அவர் ஒரு நிபந்தனை விதித்தார்.

ஒருமுறை, ஓர் இளைஞன் அவருடைய படையில் சேர விரும்பினான். வழக்கம்போல, முதலில் அவன் தன்னுடைய தாயின் அனுமதியைப் பெற்று வர வேண்டும் என்று சாணக்கியர் அவனிடம் கூறினார். அதோடு, அவர் அவனுடைய தாயை நேரில் சந்திக்கவும் விரும்பினார்.

அதற்கு அவன், "ஆச்சாரியார் அவர்களே, நீங்கள் தாராளமாக எங்கள் வீட்டிற்கு வந்து என்னுடைய தாயை சந்திக்கலாம். ஆனால் நீங்கள் ஏன் என் தாயின் அனுமதியைக் கேட்கிறீர்கள்? என் குடும்பத்தினர் அனுமதிக்காவிட்டால்கூட நான் உங்கள் படையில் சேரப் போவதாக ஏற்கனவே தீர்மானித்துவிட்டேன்," என்று கூறினான்.

சாணக்கியர் இதற்கு பதிலேதும் கூறவில்லை. சொல்லைவிடச் செயலே சிறந்தது என்று அவர் நினைத்தார்.

அவரும் அந்த இளைஞனும் அவனுடைய வீட்டை அடைந்தபோது, அங்கு எல்லோரும் பதற்றமாக இருந்ததை அவர் கவனித்தார். தான் சாணக்கியரின் படையில் சேரவிருந்ததாக அந்த இளைஞன் தன் குடும்பத்தாரிடம் கூறியிருந்தபோதிலும், அது சரியான முடிவுதானா என்பது அவர்களுக்கு உறுதியாகத் தெரியவில்லை. சாணக்கியர் தன் மகனுக்கு மூளைச்சலவை செய்திருந்ததாக நம்பிய அவனுடைய தாய், சாணக்கியரைக் கண்டதும் கடுங்கோபம் கொண்டாள்.

"ஆச்சாரியார் சாணக்கியர் அவர்களே! உங்களைப் பற்றியும் உங்களுடைய திட்டங்களைப் பற்றியும் நான் கேள்விப்பட்டிருக்கிறேன். இப்படிப்பட்ட தேசியவாத யோசனைகளைக் குழந்தைகளின் மனங்களில் புகுத்துவதற்கு உங்களால் எப்படி முயற்சி செய்ய முடிகிறது? இப்போது நீங்கள் ஏதோ ஒரு படையை உருவாக்கிக் கொண்டிருக்கிறீர்கள். என் மகன் அதில் சேர விரும்புகிறான். நீங்கள் என்ன நினைத்துக் கொண்டிருக்கிறீர்கள்? இதுபோன்ற உருப்படாத யுத்தங்களை நடத்தி, என் மகனை மரணத்தின் பிடியில் சிக்க வைப்பதுதான் உங்கள் எண்ணமா?"

ஒரு தாய் என்ற முறையில், தான் தன் மகனை இழந்துவிடுவோமோ என்று அவள் பயந்தாள். எனவே,

சாணக்கியரை அவள் எக்கச்சக்கமாக வசைபாடினாள். இறுதியில், அவரைத் திட்டுவதற்கு அப்பெண்ணிடம் வார்த்தைகள் வற்றிப் போயின. அவள் இவ்வாறு கோபத்தில் குமுறிக் கொண்டிருந்த நேரம் நெடுகிலும் சாணக்கியர் மௌனமாக இருந்தார். சாணக்கியர் ஒரு வார்த்தைகூடப் பேசியிருக்காததைக் கண்ட அவள் குழப்பமடைந்தாள்.

இப்போது சாணக்கியர் அவளிடம், "நான் தவறான வீட்டிற்கு வந்துவிட்டேன் என்று நினைக்கிறேன். தாய்மையைப் பற்றிப் புரிந்து கொண்டிராத ஒரு பெண்ணுடன் நான் பேசிக் கொண்டிருக்கிறேன்," என்று கூறினார்.

தான் ஒரு நல்ல தாய் அல்ல என்று அவர் கூறியதைக் கேட்டதும் அப்பெண் அதிர்ச்சி அடைந்தாள். அவளுடைய முகத்தில் தென்பட்ட அதிர்ச்சியைக் கண்ட சாணக்கியர், தன் தாக்குதலைத் தொடர்ந்தார். "தன் தாய் தாக்கப்படுவதை ஒரு மகன் வெறுமனே பார்த்துக் கொண்டிருந்தால், அவன் ஒரு நல்ல மகனா? அப்படியிருக்கும்போது, எதிரிகள் தன் தாய்நாட்டைத் தாக்கும்போது தன் நாட்டைக் காப்பாற்றுவதிலிருந்து உங்கள் மகனை நீங்கள் எப்படித் தடுக்கலாம்?

"நம்முடைய மூதாதையர்கள் இந்நாட்டை 'அன்னை பூமி' என்று அழைத்தனர். அவள் நம்முடைய மாபெரும் கலாச்சாரத்தைப் பிரசவித்திருக்கிறாள், நமக்கு உணவளித்து நம்மைப் பேணி வளர்க்கிறாள். இப்போது அவளுக்குப் பாதுகாப்பு அவசியமாகத் தேவைப்படுகிறது. அவளுடைய மகன்கள்தான் அவளைப் பாதுகாக்க வேண்டும். இதைப் புரிந்து கொள்வதற்குரிய பக்குவம் உங்களுக்கும் உங்கள் மகனுக்கும் இல்லை என்று நான் நினைக்கிறேன். நீங்கள் உங்கள் மகனை உங்களுடனேயே வைத்துக் கொள்ளுங்கள். அவன் என்னுடைய படையில் சேர வேண்டிய அவசியமில்லை."

சாணக்கியர் இவ்வாறு கூறிவிட்டு அவ்வீட்டின் வாசலை நோக்கிச் சென்றபோது, அந்த இளைஞன் கோபத்தோடு தன் தாயிடம், "அம்மா, உங்களால் எப்படி இப்படி நடந்து கொள்ள முடிகிறது? உங்கள் அனுமதியை நாடி என் ஆசிரியர் இங்கு வந்திருக்கிறார், ஆனால் நீங்கள் அவருடைய கோரிக்கையை மறுத்துக் கொண்டிருக்கிறீர்கள். . ." என்று கூறிக் கொண்டிருந்தபோதே, அவனுடைய தாய் தன் வீட்டு வாசலை நோக்கி விரைந்தாள்.

"ஆச்சாரியார் அவர்களே, தயவு செய்து கொஞ்சம் பொறுங்கள். வீட்டிற்குள் வந்து, சிறிது சாப்பிட்டுவிட்டு என் மகனை அழைத்துக் கொண்டு செல்லுங்கள்," என்று அப்பெண் கூறினாள்.

சாணக்கியர் அவளைப் பார்த்துப் புன்னகைத்துவிட்டு, "நீங்கள் அனுமதி கொடுத்திருக்காவிட்டாலும் நான் அவனைக்

கூட்டிச் சென்றிருப்பேன். ஆனால், என்னுடைய ராணுவப் படையில் சேர்ந்த பிறகு அங்கிருந்து ஓடிப் போவதற்கு உங்கள் மகன் தீர்மானித்தால், அவன் திரும்பிச் செல்வதற்கு அவனுடைய சொந்த வீடுகூட அவனுக்கு இருக்காது என்பதை நான் உங்கள் மகனுக்கு உணர்த்த விரும்பினேன்," என்று கூறினார்.

தன் ஆசிரியர் தனக்குக் கற்றுக் கொடுக்க விரும்பிய பாடம் என்ன என்பது அந்த மாணவனுக்கு இப்போது புரிந்தது. அப்பாடம் இதுதான்: நீங்கள் நம்புகின்ற விஷயங்களை உங்கள் குடும்பமும் ஏற்றுக் கொள்ளும்போது, உங்கள் வேலையில் நூறு சதவீத அர்ப்பணிப்புடன் உங்களால் செயல்பட முடியும்.

உள்நோக்குகள்

- நீங்கள் எதைச் செய்தாலும், உங்கள் குடும்பத்தின் ஆசீர்வாதம் உங்களுக்கு இருப்பதை உறுதி செய்து கொள்ளுங்கள்.

- தான் தன்னுடைய குழுவினரோடு மட்டும் இணைந்து வேலை செய்யவில்லை, மாறாக, அவர்களுடைய குடும்பங்களுடனும் சேர்ந்து வேலை செய்கிறோம் என்பதை ஒரு குழுத் தலைவர் அறிந்திருக்க வேண்டும்.

- வெறுமனே உங்கள் நிறுவனத்தைக் கட்டியெழுப்புவதை மட்டுமே லட்சியமாகக் கொண்டிருக்காதீர்கள். கூடவே, பெரிய குடும்பங்களையும் உருவாக்குங்கள். கடினமான காலகட்டங்களில் அவர்கள் உங்களுக்குத் தோள் கொடுத்து உதவுவார்கள்.

அத்தியாயம் 3

போரில் கூட்டிணைப்பு

ஆச்சாரியார் நீதி

மனித வரலாறு நெடுகிலும் போர்கள் நிகழ்ந்து வந்துள்ளன. இதில் சுவாரசியமான விஷயம் என்னவென்றால், போர்கள் அரிதாகவே தனியாக மேற்கொள்ளப்படுகின்றன. உண்மையில், அவை தனியாக மேற்கொள்ளப்படக்கூடாது. நீங்கள் ஒரு யுத்தத்தில் தனியாகச் சண்டையிடும்போது, உங்கள் ஒருவருடைய உத்தியையும் உங்கள் ஒருவருடைய படையையும் மட்டுமே கொண்டு நீங்கள் சண்டையிடுகிறீர்கள். நீங்கள் மற்றவர்களோடு இணைந்து சண்டையிடும்போது, நீங்கள் பலவேறு உத்திகளையும் பெரிய படைகளையும் கொண்டு சண்டையிடுகிறீர்கள்.

எடுத்துக்காட்டாக, மகாபாரதப் போரில் பாண்டவர்களும் கௌரவர்களும் ஒருவரை ஒருவர் எதிர்த்துச் சண்டையிட்டனர். பாண்டவர்களுக்கு ஆதரவாகப் போரிடுவதற்குப் பல அரசர்கள் வந்தனர். அதேபோல, கௌரவர்களுக்கு ஆதரவாகப் போரிடுவதற்கும் பல அரசர்கள் வந்தனர். சாணக்கியரின் அர்த்தசாஸ்திரத்தின்படி, இந்த ஆதரவாளர்கள், நண்பர்கள் என்றும் நேசப் படையினர் என்றும் அழைக்கப்படுகின்றனர்.

ஆச்சாரியார் கதை

தன் சொந்தப் படையை உருவாக்குவது மட்டுமே போதுமானதாக இருக்காது என்பதைச் சாணக்கியர் அறிந்திருந்தார். அலெக்சாண்டரை வீழ்த்துவதற்கு மற்ற அரசர்களின் ஆதரவும் அவர்களுடைய படைகளின் ஆதரவும் அவருக்குத் தேவைப்பட்டன. தனநந்தன் அவருக்கு ஆதரவு கொடுக்க மறுத்துவிட்டபோதிலும், பிற அரசர்களின் உதவியை நாடுவதிலிருந்து சாணக்கியரை அது தடுத்து நிறுத்தவில்லை.

அந்தக் காலகட்டத்தில், இந்தியா பதினாறு பிராந்திய ராஜ்யங்களாகப் பிரிக்கப்பட்டிருந்தது. அவை ஒவ்வொன்றும் தனித்தனியே இயங்கி வந்தன. ஒரு பொதுவான எதிரிக்கு எதிராக அவர்கள் அனைவரையும் ஒன்றிணைப்பது சாணக்கியரின் லட்சியப் பணியாக ஆனது. அவர் அந்தப் பதினாறு அரசர்களையும் தனித்தனியாக சந்தித்து, அவர்களிடம் உதவி கேட்டார். சிலர் தனநந்தனைப்போலவே அவருக்கு ஆதரவு

கொடுக்க மறுத்துவிட்டு, அவருடைய யோசனையைக் கேட்டு வாய்விட்டுச் சிரித்தனர். சிலர் அவரை ஏளனம் செய்து திருப்பி அனுப்பிவிட்டனர். மற்றவர்கள் பணிவாகத் தங்கள் ஆதரவை மறுத்துவிட்டனர்.

சாணக்கியர் முன்மொழிந்து கொண்டிருந்த தேசிய நோக்கத்தில் அவர்கள் யாருக்கும் நம்பிக்கை இருக்கவில்லை. அலெக்சாண்டரைப் போன்ற ஒரு மாவீரனுக்கு எதிராகச் சண்டைக்குப் போவதில் எந்த அர்த்தமும் இல்லை என்று அவர்கள் நினைத்தனர். ஆனால் சாணக்கியர் தன் முயற்சியைக் கைவிடவில்லை. மகத ராஜ்யத்தைத் தவிர்த்து, கேகயம், குரு, மாலவம் ஆகிய அதிக சக்திவாய்ந்த ராஜ்யங்களை அவர் அணுகினார். அவர்கள் யாரும் சாணக்கியரின் யோசனையைத் தீவிரமாக எடுத்துக் கொள்ளவில்லை. ஏனெனில், அலெக்சாண்டரின் தாக்குதல் தங்களுடைய பிரச்சனை அல்ல என்றும், அவனுடைய படை தங்களுடைய பேரரசுகளிலிருந்து வெகுதூரத்தில் இருந்ததாகவும் அவர்களில் பெரும்பாலானோர் நினைத்தனர்.

எனவே, சாணக்கியர் வேறோர் அணுகுமுறையைப் பயன்படுத்துவதென்று தீர்மானித்தார். ஓர் ஆசிரியர் என்ற முறையில், விரிவுரைகள், பொதுச் சொற்பொழிவுகள், விவாதங்கள் ஆகியவற்றில் அவர் கலந்து கொண்டிருந்தார். இவற்றைப் பயன்படுத்தி மற்ற ராஜ்யங்களைச் சேர்ந்த ஆசிரியர்கள்மீது தாக்கம் விளைவிப்பதென்று அவர் முடிவு செய்தார். குரு ராஜ்யத்தில் ஆட்சியியல் கற்றுக் கொடுத்த ஒரு நண்பரிடம் அவர் முதலில் பேசினார்.

"நான் வந்து பேசுவதற்கு நீ ஏன் ஒரு பொதுச் சொற்பொழிவுக்கு ஏற்பாடு செய்யக்கூடாது?" என்று சாணக்கியர் பரிந்துரைத்தார்.

"சாணக்கியா, இது உண்மையிலேயே ஓர் அற்புதமான யோசனைதான்! அர்த்தசாஸ்திரக் களத்தில் உள்ள மாபெரும் ஆசிரியர்களில் நீயும் ஒருவன். நீ பேசுவதைக் கேட்க எல்லோரும் விரும்புவர். எங்களுடைய பல்கலைக்கழகத்தில் நீ சொற்பொழிவாற்றுவதற்கு நான் நிச்சயமாக ஏற்பாடு செய்கிறேன்," என்று அவருடைய நண்பர் கூறினார்.

அப்போது சாணக்கியர் சற்று வருத்தத்துடன், "கல்வியாளர்கள்மீது என்னால் தாக்கம் விளைவிக்க முடியக்கூடும், ஆனால் ஒரு தேசிய விவகாரத்திற்காக அரசர்களை ஒன்றிணைக்க என்னால் முடியவில்லை," என்று கூறினார்.

அது என்ன விவகாரம் என்று தெரிந்து கொள்ள அவருடைய நண்பர் ஆர்வம் காட்டினார். அலெக்சாண்டருக்கு எதிரான போரில் ஒன்றாக இணைந்து சண்டையிடுவதற்கு அரசர்கள் தயாராக இல்லாதது குறித்துச் சாணக்கியர் அவருக்கு விளக்கினார்.

பிறகு, "இந்த அரசர்களை ஒப்புக் கொள்ள வைப்பதற்கு நான் வேறொரு பாதையில் செல்ல வேண்டியிருக்கிறது. அறிவுப் பாதைதான் அது. அத்துறையில் நான் ஒரு நிபுணன். என் நிபுணத்துவத்தை நான் எனக்கு அனுகூலமாகப் பயன்படுத்திக் கொள்ளப் போகிறேன்," என்று சாணக்கியர் கூறினார்.

இதைக் கேட்டுக் குழப்பமடைந்த அவருடைய நண்பர், சற்று விளக்கமாகக் கூறுமாறு சாணக்கியரிடம் கேட்டார். சாணக்கியர் தன் உத்தியை விவரித்தார். "ஒரு சொற்பொழிவாற்றுவதற்காக நான் உங்கள் பல்கலைக்கழகத்திற்கு வரும்போது, உங்கள் அரசரும் அதில் ஒரு பார்வையாளராகக் கலந்து கொள்வதை உறுதி செய்.

"அது ஒரு பிரச்சனையே அல்ல. எங்கள் அரசர் உன்னுடைய சொற்பொழிவில் கலந்து கொள்வதோடு மட்டுமல்லாமல், உனக்கு வெகுமதிகளும் பரிசுகளும் கொடுத்து உன்னை கௌரவப்படுத்தவும் செய்வார்."

சாணக்கியர் தொடர்ந்தார். "உன் அரசரிடமிருந்து பரிசுகளைப் பெறுவதில் எனக்கு ஆர்வம் இல்லை. அவர் என் சொற்பொழிவில் கலந்துகொள்வதையும் அவருடைய அறிவையும் மட்டுமே நான் எதிர்பார்க்கிறேன். அச்சொற்பொழிவில் நான் என்னுடைய யோசனையை மறைமுகமாக விளக்குவேன். உங்கள் அரசர் அறிவார்ந்தவராக இருந்தால், அவர் அதைப் புரிந்து கொள்வார்."

சாணக்கியரின் சொற்பொழிவைக் கேட்பதற்கு ஏராளமான பார்வையாளர்கள் ஒன்றுகூடி இருந்தனர். அவர்கள் எல்லோருமே அவருடைய பேச்சைக் கேட்கப் பேரார்வத்தோடு இருந்தனர். அந்த அரசன் உன்னதமானவனாகவும் அறிஞர்களை மதிப்பவனாகவும் இருந்தான். பல்கலைக்கழகத்தில் அவன் தானே சாணக்கியரை வரவேற்று அவருக்கு மரியாதை செய்தான். பிறகு, ஒட்டுமொத்த நாட்டை வளர்த்தெடுப்பது பற்றிய தன்னுடைய கோட்பாட்டைப் பற்றிச் சாணக்கியர் விரிவாகப் பேசத் தொடங்கினார்.

"தேசிய இலக்குகளை நாம் அடைய வேண்டும் என்றால், நாம் எல்லோரும் ஒன்றிணைந்து செயல்பட வேண்டியது அவசியம். வெளிநாட்டுக்காரன் ஒருவன் நம்மீது போர் தொடுக்கும்போது, நாம் நம்முடைய மண்டலத்தை மட்டுமே கருத்தில் கொண்டு அதைப் பார்க்க முடியாது. ஒரு தேசமாக நாம் எல்லோரும் இணைந்து போரிட வேண்டும். தலை ஒரு தாக்குதலுக்கு ஆளாகும்போது, கைகள் தாமாகவே அதைப் பாதுகாக்கப் போகும், இல்லையா?"

சாணக்கியரின் வாதம் அந்த அரசனுக்கு ஏற்புடையதாக இருந்தது. உண்மையில், அந்த ஒட்டுமொத்தப் பார்வையாளர்களும் அவருடைய பேச்சைக் கேட்டு வாயடைத்துப் போயிருந்தனர்.

அப்போது ஓர் ஆசிரியர், "போரில் கூட்டிணைப்பு ஏன் அவ்வளவு அவசியம்?" என்று சாணக்கியரிடம் கேட்டார்.

"ஏனெனில், நாம் எல்லோரும் ஒன்றுசேர்ந்தால், நாம் நிச்சயமாக வெற்றி பெறுவோம்!"

சாணக்கியர் தொடர்ந்தார். "உங்களுக்கு ஒன்று தெரியுமா? ஒரு போரில் வெற்றி பெறுவது என்பது என்னைப் பொருத்தவரை ஒரு முக்கியமான விஷயம்தான். ஆனால், தேசியம் என்ற கோட்பாட்டை அரசர்களுக்கும் பொதுமக்களுக்கும் நான் கற்றுக் கொடுக்கவும் வேண்டியுள்ளது. நாட்டுப்பற்று இல்லாமல் எந்தவொரு போரிலும் வெற்றி பெற முடியாது. ஒரு போரில் வெற்றி பெறுவதற்குத் தேவையான முதல் ஆயுதம் நாட்டுப்பற்றுதான்."

பிறகு, சாணக்கியர் தனக்குத் தானே இப்படி நினைத்துக் கொண்டார்: "நான் அரசர்களின் அவைகளுக்குச் சென்று பேசினால், அவர்கள் என் பேச்சைக் கேட்பதில்லை. ஆனால் அவர்களை என்னுடைய அரங்கங்களான பல்கலைக்கழகத்திற்கு வரவழைத்தால், அவர்கள் என் பேச்சைக் கேட்கின்றனர், என்னுடைய கருத்துக்களை ஒப்புக் கொள்கின்றனர்." இதைத் தொடர்ந்து, குருகுலங்கள் மற்றும் பல்கலைக்கழகங்கள் வாயிலாக, நாடு நெடுகிலும் பல்வேறு படைகளைச் சாணக்கியர் ஒன்றுதிரட்டினார். ஆசிரியர்களால் எந்தவோர் அரசன்மீது தாக்கம் ஏற்படுத்த முடியும் என்பதை அவர் அறிந்திருந்தார்.

சாணக்கியர் இவ்வாறு தன் இலக்கை அடைந்தார். அலெக்சாண்டருக்கு எதிரான சண்டையில் தனக்கு ஆதரவு கொடுப்பதற்கு அந்த அரசனை அவர் ஒப்புக் கொள்ள வைத்தார். இதே உத்தியை அவர் பிற அரசர்களிடமும் பயன்படுத்தி அதில் வெற்றி கண்டார்.

அவர் இறுதியாக, "ஒருவரோடு ஒருவர் போட்டியிடுவதன் மூலம் எந்தவொரு போரிலும் நம்மால் வெற்றி பெற முடியாது. ஆனால் நாம் ஒன்றிணைந்து சண்டையிட்டால், நாம் எப்போதுமே எந்தவொரு போரிலும் வெற்றி பெறுவோம்," என்று கூறித் தன் சொற்பொழிவை நிறைவு செய்தார்.

உள்நோக்குகள்

* எந்தவொரு போரிலும் நேசப் படைகள் ஒரு முக்கியப் பங்கு வகிக்கின்றன. ஒரு போரில் உங்களுக்கு ஆதரவாக எவ்வளவு அதிகமான நேசப் படைகள் இருக்கின்றனவோ, நீங்கள் அப்போரில் வெற்றி பெறுவதற்கான வாய்ப்புகள் அவ்வளவு அதிகச் சிறப்பாக இருக்கின்றன.

* ஒரு நபர் உங்களுக்கு ஆதரவு கொடுக்க மறுக்கிறார் என்பதற்காக உங்கள் முயற்சியைக் கைவிட்டுவிடாதீர்கள். மற்றவர்களின் ஆதரவைக் கேட்டுப் பாருங்கள். போராட்டத்தின் மாபெரும் நோக்கத்தைப் பற்றிய ஓர் உணர்வை அவர்களுடைய மனங்களில் விதைக்க முயற்சி செய்யுங்கள்.

* உங்களுக்கு உதவக்கூடிய ஒருவரை அவருடைய வீட்டில் வைத்து உங்களால் ஒப்புக் கொள்ள வைக்க முடியவில்லை என்றால், அவரை உங்களுடைய இடத்திற்கு வரவழையுங்கள். அப்போது உங்களுடைய கண்ணோட்டத்தை அவரால் புரிந்து கொள்ள முடியும்.

அத்தியாயம் 4

பலவீனமான இணைப்பு

ஆச்சாரியார் நீதி

உத்திகளை வகுப்பதற்கு மேலாண்மை நிபுணர்கள் ஒரு பிரபலமான ஆய்வுக் கருவியைப் பயன்படுத்துகின்றனர். அது நான்கு விஷயங்களை உள்ளடக்கிய ஒன்று. அவை:

வலிமைகள்
பலவீனங்கள்
வாய்ப்புகள்
அச்சுறுத்தல்கள்

ஒரு நிறுவனம் புதிதாக ஒரு பொருளையோ அல்லது சேவையையோ சந்தையில் அறிமுகப்படுத்த விரும்பும்போது, அது தன்மீதும், தன்னுடைய போட்டி நிறுவனங்கள்மீதும், பொதுவான தொழில் நிலவரம் குறித்தும் மேற்கூறப்பட்ட அந்த ஆய்வை மேற்கொள்கிறது.

ஒருவர் வெற்றிகரமாகத் திகழ வேண்டும் என்றால், தன்னுடைய வலிமைகளும் பலவீனங்களும் அவருக்குத் தெரிந்திருக்க வேண்டும். மேலும், அவர் தன் வசமுள்ள வாய்ப்புகளையும், பின்னாளில் எழக்கூடிய அச்சுறுத்தல்களையும் ஆய்வு செய்து, அதற்கு ஏற்பத் திட்டமிட வேண்டும்.

ஒரு திறமையான உத்தியாளர் என்ற முறையில், தான் எதிர்கொண்ட பல்வேறு சூழல்களைப் புரிந்து கொள்வதற்காக இப்படிப்பட்டச் சிந்தனைக் கருவிகளைச் சாணக்கியரும் பயன்படுத்தினார்.

ஆச்சாரியார் கதை

சாணக்கியர் தன்னுடைய எதிரிகளின் நிறைகளையும் குறைகளையும் எப்போதும் தெரிந்து வைத்திருந்தார். அவர் அதில் உறுதியாக இருந்தார். போருக்கு எப்போதும் தயாராக இருந்த அவர், எதிரியைத் தோற்கடிப்பது பற்றிய ஒரு முக்கியமான கொள்கையை அறிந்து வைத்திருந்தார்.

ஓர் இரும்புச் சங்கிலியில்கூட ஒரு பலவீனமான இணைப்பு இருக்கும்.

மாவீரன் அலெக்சாண்டரின் விஷயத்திலும் இது உண்மை என்று சாணக்கியர் கூறியபோது, சந்திரகுப்தனும் அவனுடைய அதிகாரிகளும் ஆச்சரியம் கொண்டனர். அலெக்சாண்டர் ஒரு வலிமையான, மன உறுதி படைத்தத் தலைவன் என்பதையும், அவன் இளமையும் செயல்வேகமும் ஒருங்கே அமையப் பெற்றவன் என்பதையும் அவர்கள் அறிந்திருந்தனர். மாசிடோனியாவிலிருந்து இவ்வளவு தூரம் படையெடுத்து வந்திருந்த அவன், கிட்டத்தட்டப் பாதி உலகை வென்றிருந்தான். இப்போது அவனுடைய பார்வை இந்தியாவின்மீது பதிந்திருந்தது.

அவன் படையெடுத்துச் சென்ற இடமெல்லாம், எதிரிப் படைகள் ஒரு சீட்டுக்கட்டைப்போலப் பொலபொலவென்று சரிந்தன. அலெக்சாண்டர் வந்து கொண்டிருந்தான் என்ற செய்தியே எல்லோருக்கும் கிலி ஏற்படுத்தப் போதுமானதாக இருந்தது. மேலும், அவனைச் சுற்றி ஒரு தெய்வீக ஒளிவட்டம் இருந்தது. உலகை ஆளப் பிறந்தவன் அவன் என்று அது கூறியது.

ஆனால், அலெக்சாண்டரிடம் இருந்த வலிமைகளைப் பற்றிச் சாணக்கியர் ஏற்கனவே சிந்தித்துப் பார்த்திருந்தார். அவனிடம் ஏராளமான வலிமைகள் இருந்தன. எடுத்துக்காட்டாக, அவனிடம் ஒரு பெரிய, ஆக்ரோஷமான படை இருந்தது; இந்தியர்களிடம் இருந்த ஆயுதங்களிலிருந்து முற்றிலும் வேறுபட்ட, மிக பயங்கரமான ஆயுதங்கள் அவனிடம் இருந்தன; ஒருசில கணங்களில் மிக அதிக எண்ணிக்கையிலான வீரர்களை வீழ்த்துவதற்கான திறன் அவனுக்கு இருந்தது.

இவ்விஷயங்கள் எல்லோருக்கும் பீதி ஏற்படுத்தின, ஆனால் சாணக்கியர் அமைதியாக இருந்தார். "யாரும் கவலைப்பட வேண்டியதில்லை. நாம் அவனுடைய வலிமைகளை ஆய்வு செய்தால், அவனுடைய பலவீனமான இணைப்பு என்ன என்பதை நாம் கண்டுபிடித்துவிடலாம். சண்டைகள் போர்க்களங்களில் நிகழ்த்தப்படுவதில்லை, மாறாக, மக்களின் மனங்களிலேயே அவை நிகழ்த்தப்படுகின்றன.

அலெக்சாண்டரின் மிகப் பெரிய சொத்து அவனுடைய மாபெரும் படைதான் என்பதை அறிந்திருந்த சாணக்கியர், அந்தப் படை எப்படிச் செயல்பட்டது என்பதை அறிந்து கொள்ள வேண்டியிருந்தது. எனவே, பெண் ஒற்றர்கள் அடங்கிய 'விஷக்கன்னியர்' என்ற ஒரு பிரிவை அவர் ஏற்கனவே உருவாக்கியிருந்தார். இந்த அழகான, அறிவார்ந்த, போரிடுவதற்குப் பயிற்சி பெற்றப் பெண்களின் முக்கிய வேலை, எதிரிகளைப் பற்றிய தகவல்களை அந்த எதிரிகளிடமிருந்தே சேகரித்து வருவதுதான். அப்படிப்பட்ட ஒரு விஷக்கன்னிதான் சாணக்கியருக்கு இப்போது தேவைப்பட்டாள்.

“பெண்ணின் மனத்தில் என்ன இருக்கிறது என்பதைக் கடவுளால்கூட அறிந்துகொள்ள முடியாது,” என்றஒரு பிரபலமான கூற்று இருக்கிறது. ஆனால், மனித உளவியலை ஆண்களைவிடப் பெண்கள் நன்றாகப் புரிந்து வைத்திருக்கின்றனர் என்பதைச் சாணக்கியர் புரிந்து கொண்டிருந்தார். அறிவுப்பூர்வமான ஆய்வுகளைக் கொண்டு ஆண்களால் சாதிக்க முடியாத விஷயங்களை, பெண்கள் தங்களுடைய உணர்வுப்பூர்வமான அம்சங்களைக் கொண்டு சாதித்துவிடுகின்றனர்.

சாணக்கியர் ஒரு விஷக்கன்னியைத் தேர்ந்தெடுத்து, “அலெக்சாண்டரின் முகாமிற்குள் நுழைந்து, அவர்கள் என்ன திட்டமிட்டுக் கொண்டிருக்கின்றனர் என்பதைத் தெரிந்து கொண்டு வர வேண்டியதுதான் உன்னுடைய அடுத்த வேலை,” என்று அவளிடம் கூறினார்.

“உங்கள் விருப்பப்படியே ஆகட்டும்,” என்று கூறிப் புன்னகைத்த அவள், அவரைப் பணிந்து வணங்கினாள்.

“நீ திறமையானவள் என்று எனக்குத் தெரியும், ஆனால் எனக்கு அவர்கள்மீது அவ்வளவு நம்பிக்கை இல்லை . . . எனவே, எச்சரிக்கையாக இரு!” என்று அவர் அறிவுறுத்தினார்.

“நீங்கள் கவலைப்பட வேண்டாம். நான் வெறும் தகவல்களை மட்டுமல்லாமல், எதிரியின் மனத்தில் என்ன ஓடிக் கொண்டிருக்கிறது என்பதையும் தெரிந்து வருகிறேன்,” என்று அவள் கூறினாள்.

ஒருசில நாட்களுக்குப் பிறகு அவள் திரும்பி வந்தாள். அவள் பாதுகாப்பாகவும் காயப்படாமலும் திரும்பி வந்திருந்ததைக் கண்ட சாணக்கியர் மகிழ்ச்சி அடைந்தார். ஆனால் அதே சமயத்தில், அவள் பயந்து போயிருந்ததையும் அவரால் பார்க்க முடிந்தது.

“என்ன நிகழ்ந்தது? அங்கு ஏதேனும் பிரச்சனை ஏற்பட்டதா?” என்று அவர் அவளிடம் கேட்டார்.

“ஆச்சாரியார் அவர்களே, தனிப்பட்ட முறையில் எனக்கு எந்தத் தீங்கும் அங்கு நேரவில்லை. ஆனால் நம் நாட்டிற்கு ஒரு மிகப் பெரிய ஆபத்து ஏற்பட்டிருப்பதை நான் பார்க்கிறேன். அலெக்சாண்டரின் படை நம்மால் கற்பனை செய்து பார்க்க முடியாத அளவுக்கு மிகப் பெரியதாக உள்ளது. அவ்வளவு வீரர்களை நான் ஒருபோதும் பார்த்ததுமில்லை, கேள்விப்பட்டதுமில்லை. அவர்கள் எல்லோரும் உயரமாகவும், வலிமையாகவும், மிகுந்த நெஞ்சுரத்தோடும் இருக்கின்றனர். தங்கள் தலைவனின் எந்தவொரு கட்டளையையும் அப்படியே நிறைவேற்ற அவர்கள் தயாராக உள்ளனர். அவர்களிடம் மிகச் சிறந்த ஆயுதங்கள் உள்ளன. ‘செய் அல்லது செத்து மடி’ என்ற உணர்வு அவர்களிடம் மேலோங்கி இருக்கிறது. நாம் அவர்களிடம் நிச்சயமாகத் தோற்றுவிடுவோம்!”

ஆனால் அவளை ஆட்கொண்டிருந்த பயம் சாணக்கியரை பாதிக்கவில்லை. அவர் சிறிதும் உணர்ச்சிவசப்படாமல், "அந்த வீரர்களிடமிருந்து வேறு என்ன விஷயத்தை நீ தெரிந்து கொண்டு வந்திருக்கிறாய்?" என்று கேட்டார். சொல்லப்படாத வார்த்தைகளைப் புரிந்து கொள்வதில் பெண்கள் கைதேர்ந்தவர்கள் என்பதை அவர் அறிந்திருந்தார்.

சிறிது நேர மௌனத்திற்குப் பிறகு, அவள் அவரிடம் இப்படிக் கூறினாள்: "அவர்கள் முதலில் என்னைப் பார்த்தபோது, நான் மிகவும் பயந்து போனேன். ஆனால் பிறகு அவர்கள் சற்று சாந்தமாக ஆனதுபோல எனக்குத் தோன்றியது. அதற்கு என்ன அர்த்தம் என்று எனக்குத் தெரியவில்லை. ஏனெனில், நான் என் சொந்தப் பாதுகாப்புக் குறித்து அதிகமாகக் கவலை கொண்டிருந்தேன்!"

இதைக் கேட்டவுடன் சாணக்கியர் பலமாகச் சிரித்துவிட்டு, "நன்றி! நீ உன்னுடைய வேலையைச் செய்து முடித்துவிட்டாய் . . . இப்போது என் மனத்தில் ஓர் உத்தி முளைத்துள்ளது," என்று கூறினார்.

இதைக் கேட்ட அந்த விஷக்கன்னி சற்றுக் குழப்பமடைந்தாள். சாணக்கியர் அவளுக்கு இவ்வாறு விளக்கினார்.

"அந்த வீரர்கள் பல ஆண்டுகளாகத் தங்கள் குடும்பங்களிலிருந்து பிரிந்து இருந்து வந்துள்ளனர். அவர்கள் மிகக் கடுமையாகப் போரிட்டு வந்திருந்ததில், அன்பு, அக்கறை ஆகிய மனித உணர்ச்சிகளை அவர்கள் மறந்து போயுள்ளனர். அவர்கள் உன்னைப் பார்த்தபோது, திடீரென்று தங்களுடைய குடும்பங்களும் தங்களுடைய மகள்களும் அவர்களுடைய நினைவுக்கு வந்துவிட்டனர். இரக்க உணர்வு அவர்களுக்குள் மீண்டும் உருவாவதற்கு நீ காரணமாக இருந்திருக்கிறாய்."

தாங்கள் இப்போது என்ன செய்ய வேண்டும் என்பதை அந்த விஷக்கன்னி புரிந்து கொண்டாள். "ஒரு பலமான சங்கியில்கூட ஒரு பலவீனமான இணைப்பு இருக்கத்தான் செய்கிறது." உத்திகளை வகுப்பதில் மிகுந்த திறமை பெற்றவரான சாணக்கியர், பல விஷக்கன்னிகளை நியமித்து, அலெக்சாண்டரின் படைவீரர்களுடைய உணர்ச்சிகளோடு விளையாடி, அவர்களுடைய மன உறுதியையும் ரத்த வெறியையும் ஆட்டம் காணச் செய்யும்படி செய்தார். இறுதியில், அலெக்சாண்டரின் படையினர் தோல்வியைத் தழுவினர்.

உள்நோக்குகள்

♦ உங்களுடைய எதிராளி மிகவும் சக்திவாய்ந்தவனாகவும், அதிக வளவசதிகளைக் கொண்டவனாகவும், நெஞ்சுரம் படைத்தவனாகவும் இருக்கக்கூடும். ஆனால் அவர்கள் எவ்வளவு தயாராக இருந்தாலும், அங்கு எப்போதும் ஒரு பலவீனமான இணைப்பு இருக்கத்தான் செய்யும்.

♦ மனித உணர்ச்சிகளைப் பற்றிய ஓர் ஆழமான புரிதல் பெண்களுக்கு இருக்கிறது. தங்களுடைய மாற்றுச் சிந்தனையின் மூலமாகவும், சொல்லப்படாத வார்த்தைகளைக்கூடப் புரிந்து கொள்வதற்கான தங்களுடைய திறனின் மூலமாகவும் அவர்களால் உங்களை ஆச்சரியப்படுத்த முடியும்.

♦ எதிரியின் வரவுக்காகக் காத்திருப்பதற்கு பதிலாக, உங்கள் உத்தியைக் கொண்டு அவர்களை ஆச்சரியப்படுத்துங்கள்.

அத்தியாயம் 5

'ஒன்று' என்பதன் சக்தி

ஆச்சாரியார் நீதி

பலரின் காரணமாகவே பெரிய மாறுதல்கள் நிகழ்கின்றன என்ற ஓர் உணர்வு எப்போதுமே இருந்து வருகிறது. ஆனால் பல சமயங்களில், பெரிய மாறுதல்கள் சிறிய வழிகளில் ஏற்படுகின்றன. அவை பெரும்பாலும் ஒரு நபரிடம் இருந்து துவங்குகின்றன.

ஒருமுறை, ஒரு மாணவன் தன் குருவிடம், "ஒரு தனிநபரால் என்ன செய்ய முடியும்? தனியாக அவரால் எப்படி ஒரு பெரிய மாற்றத்தை உருவாக்க முடியும்? அது சாத்தியமற்றது," என்று கூறினான்.

அவனுடைய குரு புன்னகைத்துவிட்டு, "உண்மையில், ஒரே ஒரு நபரால் மட்டுமே அதைச் செய்ய முடியும். மற்றவர்கள் வெறுமனே அவரைப் பின்தொடர்கின்றனர்!" என்று கூறினார்.

துவக்கத்தில் அது கடினமானதுபோலத் தோன்றக்கூடும், ஆனால் யார் முதலில் அந்த மாற்றத்திற்கு முயற்சிக்கிறார்களோ, அவர்களையே அது எப்போதும் சார்ந்துள்ளது. அவருடைய தொடர்ச்சியான முயற்சிகள், குழுப்பணி, கடவுளின் அனுக்கிரகம் ஆகியவற்றின் உதவியால் அந்த முயற்சி வெற்றியடையும்.

ஒரு தனிநபரால் என்ன செய்ய முடியும் என்பதற்குச் சாணக்கியரின் வாழ்க்கை ஒரு வரலாற்றுப்பூர்வமான எடுத்துக்காட்டாக இருக்கிறது. நூறு பேர் சேர்ந்தாலும் செய்திருக்க முடியாத பல விஷயங்களை அவர் தன்னுடைய அறிவையும் துணிச்சலையும் கொண்டு தனியொருவராக ஒரே நேரத்தில் சாதித்தார்.

ஆச்சாரியார் கதை

ஒரு நாட்டை உருவாக்க வேண்டும் என்ற எண்ணம் சாணக்கியருக்கு முதன்முதலாகத் தோன்றியபோது, அவரிடம் வளவசதிகளோ, ராணுவப் படையோ, அல்லது மற்றவர்களுடைய ஆதரவோ இருக்கவில்லை. ஆனாலும், உலகின் மாபெரும் வீரனாகக் கருதப்பட்ட ஒருவனை அவரால் வீழ்த்த முடிந்தது.

உள்நாட்டு விவகாரங்கள், அன்னிய விவகாரங்கள் என்று இரண்டு பிரச்சனைகளை ஒரே நேரத்தில் சாணக்கியர்

கையாள வேண்டியிருந்தது. அன்னிய விவகாரம் என்று பார்க்கும்போது, உலகை வெற்றி கொள்ளப் புறப்பட்டிருந்த அலெக்சாண்டரை அவர் தோற்கடிக்க வேண்டியிருந்தது. அவர் அதைச் சாதித்ததோடு மட்டுமல்லாமல், அலெக்சாண்டர் இனி ஒருபோதும் திரும்பி வராமல் இருப்பதையும் அவர் உறுதி செய்தார்.

உள்நாட்டு விவகாரங்கள் என்று பார்க்கும்போது, பதினாறு மண்டலப் பேரரசுகள் ஒன்றுக்கொன்று எதிராகச் சண்டையிட்டுக் கொண்டிருந்தன. அவர்களை ஒன்றிணைத்து, சக்திவாய்ந்த அரசனான தனநந்தனை அவனுடைய அரியணையிலிருந்து தூக்கி எறிந்து, ஒன்றிணைந்த இந்தியாவின் பேரரசனாகச் சந்திரகுப்த மௌரியனை அவர் அரியணையேற்ற வேண்டியிருந்தது. அலெக்சாண்டர் இப்போது விரட்டுப்பட்டிருந்ததால், நல்ல தலைமைத்துவத்தையும் சிறந்த ஆட்சியையும் கொண்ட ஒரு புதிய பாரதத்தை அவர் உருவாக்க வேண்டியிருந்தது.

பாரதத்தின் பேரரசனாகச் சந்திரகுப்த மௌரியனைச் சாணக்கியர் தேர்ந்தெடுத்திருந்த செய்தி எல்லா இடங்களிலும் காட்டுத்தீயைப்போல வேகமாகப் பரவியது. அவருடைய வெற்றியை அரசர்களும் பொதுமக்களும் மட்டுமல்லாமல், பிற பல்கலைக்கழகங்களைச் சேர்ந்த அறிஞர்களும் ஆசிரியர்களும்கூடப் பாராட்டினர்.

அவருடைய வெற்றியைத் தொடர்ந்து, இன்னொரு பல்கலைக்கழகத்தைச் சேர்ந்த ஆட்சியியல் ஆசிரியர் ஒருவர் அவரை சந்திக்க வந்தார். தட்சசீலப் பல்கலைக்கழகத்தில் அவர் சாணக்கியருடன் ஓரே வகுப்பில் படித்திருந்தார். இருவரும் ஓர் ஆழமான நட்பைப் பகிர்ந்து கொண்டிருந்தனர்.

"விஷ்ணு," என்று சாணக்கியரின் இயற்பெயரைச் சொல்லி அழைத்த அந்த ஆசிரியர், "இவற்றையெல்லாம் நீ எப்படிச் சாதித்தாய்?" என்று கேட்டார்.

பிறகு, "தட்சசீலத்தில் உள்ள அனைத்து மாணவர்களும் ஆசிரியர்களும் உன்னுடைய அறிவை எப்போதுமே மெச்சி வந்துள்ளனர். நீ எப்போதும் எதையாவது சிந்தித்துக் கொண்டே இருந்தாய் என்பதை நாங்கள் அனைவரும் அறிந்திருந்தோம்," என்று கூறிச் சிரித்த அந்த ஆசிரியர், "ஆனாலும்கூட, சந்திரகுப்தனைப் போன்ற ஓர் இளம் தலைவனைக் கொண்டு ஓரே நேரத்தில் அலெக்சாண்டரையும் தனநந்தனையும் நீ தோற்கடித்தது நம்புதற்கரிய ஒரு சாதனையாகும்," என்று கூறினார்.

தன் குழந்தைப்பருவ நண்பனின் புகழ்ச்சியுரையை எந்தவிதமான உணர்ச்சியையும் வெளிப்படுத்தாமல் சாணக்கியர் கேட்டுக் கொண்டிருந்தார்.

"விஷ்ணு, நீ ஒரு சாமர்த்தியசாலி! இன்று நான் உன்னை விடப்போவதில்லை. உன் வெற்றிக்கான ரகசியத்தை நான் தெரிந்து கொள்ள விரும்புகிறேன். எல்லாவற்றையும் நீ என்னிடம் கூறும்வரை, உன்னை நச்சரிப்பதை நான் நிறுத்தப் போவதில்லை."

சாணக்கியரிடமிருந்து அந்த ரகசியத்தை வரவழைக்க அவருடைய நண்பர் இப்படித் தொடர்ந்து முயற்சித்துக் கொண்டே இருந்தார், ஆனால் சாணக்கியர் லேசாகக்கூட அசைந்து கொடுக்கவில்லை. திடீரென்று, அவருடைய நண்பர் கூறிய ஒரு விஷயம் சாணக்கியரின் உணர்வைத் தொட்டது.

"விஷ்ணு, நீயும் நானும் வெறும் நண்பர்கள் மட்டுமல்ல, நாம் ஆசிரியர்களும்கூட. நம்முடைய மாணவர்களைக் குறித்து நமக்கு ஒரு பெரிய பொறுப்பு இருக்கிறது. நம்முடைய அறிவையும் அனுபவங்களையும் நாம் அவர்களுடன் பகிர்ந்து கொள்ள வேண்டியுள்ளது. அப்போதுதான், ஆசிரியர் சமூகத்தைப் பற்றிப் பெருமைப்படக்கூடிய ஒரு தலைமுறையை நம்மால் உருவாக்க முடியும். கோட்பாடுகளை நடைமுறையில் வெற்றிகரமாகச் செயல்படுத்தக்கூடிய ஆசிரியர்கள் உன்னைப்போல வெகுசிலரே உள்ளனர். என்னைப் பார். என்னால் சிறந்த சொற்பொழிவுகளை வழங்க முடியும், என்னுடைய அறிவைக் கொண்டு என் மாணவர்களுக்கு பிரமிப்பூட்ட முடியும். ஆனால் மற்றவர்களுடைய கோட்பாடுகளை அப்படியே அந்த மாணவர்களிடம் எடுத்துரைப்பதைத் தவிர, அவர்களுக்குக் கொடுப்பதற்கு என்னிடம் வேறு எதுவும் இல்லை.

"நீ உன்னுடைய ரகசியத்தைப் பகிர்ந்து கொள்ளாவிட்டால், கோட்பாட்டிற்கும் நடைமுறைச் செயல்பாட்டிற்கும் இடையே உள்ள இடைவெளியை எப்படி என்னால் தெரிந்து கொள்ள முடியும்? வெற்றி பெற வேண்டும் என்ற விருப்பத்திற்கும், வெற்றி பெற்றிருப்பதற்கும் இடையேயான இடைவெளி எப்படி எனக்குப் புரியும்?"

இறுதியில் சாணக்கியர் தன் மௌனத்தைக் கலைத்தார். "ஒரே ஓர் உத்தி மட்டுமே வெற்றிக்கு இட்டுச் செல்வதில்லை. நாம் கையாளுகின்ற நபரையும் நாம் எதிர்கொள்கின்ற சூழ்நிலையையும் பொருத்து ஒரே நேரத்தில் பல்வேறு உத்திகளை நாம் செயல்படுத்த வேண்டும்."

இதைக் கேட்டு ஆச்சரியமடைந்த அந்த நண்பர், "ஒரே நேரத்தில் பல்வேறு உத்திகளைக் கையாள்வதற்கான உன்னுடைய சூத்திரம் என்ன?" என்று கேட்டார்.

"சாமம், தாமம், தண்டம், பேதம்," என்று சாணக்கியர் பதிலளித்தார்.

"விஷ்ணு, இதைச் சற்று விளக்கமாகக் கூற முடியுமா?"

"பிரச்சனைகளைக் கையாள்வதற்கு நான்கு வழிகள் உள்ளன. சில சமயங்களில், ஆரோக்கியமான கலந்துரையாடல்கள்

மூலமாக எல்லாப் பிரச்சனைகளையும் தீர்த்துவிடக்கூடிய அளவுக்கு எளிமையான சூழ்நிலைகள் நிலவுகின்றன. அப்போது யாரையும் தாக்குவதற்கான தேவை அங்கு இருப்பதில்லை. ஒரு நல்ல எதிராளி, அவன் புத்திசாலியாக இருக்கும் பட்சத்தில், உன் பேச்சில் இருக்கும் நியாயத்தையும் அர்த்தத்தையும் புரிந்து கொண்டு, உன் கருத்தை ஏற்றுக் கொள்வான். இதற்கு 'சாமம்' என்று பெயர்.

"மனிதர்கள் இயல்பாகவே சுயநலக்காரர்கள். தனிப்பட்ட லாபங்களையே அவர்கள் எப்போதும் தேடுகின்றனர். நீ உன் இலக்கை அடைய விரும்பினால், அடுத்தவருடைய தேவையைப் புரிந்து கொண்டு, அவரால் மறுக்க முடியாத ஒரு திட்டத்தை நீ முன்மொழிய வேண்டும். இதற்கு 'தாமம்' என்று பெயர்.

"நீ உன் எதிரியிடம் எவ்வளவுதான் இனிமையாக நடந்து கொண்டாலும் அது உனக்குப் பலனளிக்காமல் போகின்றபோதும், உன் எதிராளி தொடர்ந்து பிடிவாதமாக இருக்கும்போதும், உன் முயற்சியைக் கைவிட்டுவிடாதே. உன் எதிரிகளைவிட நீ அதிக சாமர்த்தியசாலி என்பதை அவர்களுக்கு நீ நிரூபிக்க வேண்டும். பிரித்தாளும் கொள்கையை நீ பயன்படுத்த வேண்டும், அவர்களுக்கிடையே உட்பூசலை உருவாக்க வேண்டும். இது 'பேதம்' என்று அழைக்கப்படுகிறது."

சாணக்கியர் இப்போது ஆபத்தானவர்போலத் தென்பட்டார். அவர் தன் விளக்கத்தைத் தொடர்ந்தார்.

"இதுவும் பலனளிக்கவில்லை என்றால், நம் எதிரியை நாம் சிறிதளவு தண்டித்தாக வேண்டும். எல்லா முயற்சிகளும் தோற்றுப் போகும் பட்சத்தில், உச்சகட்டத் தண்டனையை நாம் கையிலெடுக்க வேண்டும். நம்முடைய எதிரி முற்றிலுமாகவும் நிரந்தரமாகவும் ஒழிக்கப்பட்டாக வேண்டும். இதற்கு 'தண்டம்' என்று பெயர்."

இவ்வாறு விளக்கமளித்தச் சாணக்கியர், ஒருசில கணங்கள் மௌனமாக இருந்தார். அவர் தன் நண்பரின் கண்களை ஊடுருவிப் பார்த்துவிட்டு, மிகவும் அமைதியான ஒரு குரலில், "ஆனால் ஒரு விஷயத்தை நினைவில் வைத்துக் கொள். நீ செய்கின்ற அனைத்தும் ஓர் உயர்ந்த, ஆன்மீகரீதியான நோக்கத்திற்காகச் செய்யப்பட வேண்டும். இல்லையென்றால், நீ சுயநலவாதியாக மாறி, உன் அதிகாரத்தைத் தவறாகப் பயன்படுத்திவிடுவாய்," என்று கூறினார்.

சாணக்கியரின் நண்பருக்குச் சாணக்கியர்மீதான மரியாதை மலையளவு உயர்ந்தது. "விஷ்ணு, வெகுசில மக்களே உன்னைச் சரியாகப் புரிந்து கொள்கின்றனர். ஆனால் பெரும்பாலானோர் உன்னைத் தவறாகப் புரிந்து கொள்கின்றனர். ஒரு தனிநபரின் அறிவால் என்னவெல்லாம் சாதிக்க முடியும் என்பதை இப்போது நான் அறிந்து கொண்டேன்," என்று அவர் கூறினார்.

உள்நோக்குகள்

♦ ஒரே ஒருவன் ஒரு தூண்டுதலாக இருந்தால் போதும். நீங்கள் தலைமைத்துவத்தின் முதல் அடியை எடுத்து வைத்தால் போதும், மற்றவர்கள் தாங்களாகவே உங்களைப் பின்தொடர்வார்கள்.

♦ சூழ்நிலைக்கு ஏற்பவும், உங்கள் முன்னால் இருக்கின்ற நபருக்கு ஏற்பவும் உத்திகள் மாறுபடும். வெற்றிக்கென்று தனியொரு சூத்திரம் எதுவும் இல்லை.

♦ ஓர் ஆன்மீகரீதியான நோக்கம்தான் வெற்றிக்கான மிக முக்கியமான காரணியாகும். ஒருவனுக்கு ஓர் ஆன்மீகரீதியான அடித்தளம் இருந்தால் மட்டுமே, மிக உயர்ந்த, சாத்தியமற்ற இலக்கை அவனால் அடைய முடியும்.

அத்தியாயம் 6

ஒரு கச்சிதமான மாணவனுக்கான தேடல்

ஆச்சாரியார் நீதி

ஒவ்வொரு மாணவனும் எப்படி ஒரு கச்சிதமான குருவைத் தேடிக் கண்டுபிடிக்க வேண்டும் என்று கனவு காண்கிறானோ, அதேபோல, ஒவ்வோர் ஆசிரியரும் ஒரு கத்திசமான மாணவனுக்கான தேடலில் ஈடுபட்டுள்ளார். பகவத்கீதையின் கடைசிப் பாடல் இப்படிக் கூறுகிறது:

தெய்வீகக் கடவுளான கிருஷ்ணனும் திறமையான சீடனான அர்ஜுனனும் எங்கு இருக்கிறார்களோ, அங்கு அழகும் ஒழுக்கநெறியும் அசாதாரணமான சக்தியும் நிலை கொண்டிருக்கும். அங்கு அனைத்துத் தீமைகளும் தோற்கடிக்கப்பட்டுவிடும்.

ஒரு கச்சிதமான ஆசிரியர் ஒரு கச்சிதமான மாணவனை சந்திக்கும்போது, அங்கு வெற்றியும் மகிழ்ச்சியும் நிலை கொள்ளும் என்ற ஞானத்தை பகவத்கீதையின் இந்த வார்த்தைகள் எடுத்துரைக்கின்றன.

ஆச்சாரியார் கதை

சாணக்கியரின் காலகட்டத்தில் மிகப் பெரிய இந்திய ராஜ்யமாக இருந்த மகதப் பேரரசு, நந்தா வம்சத்தின் ஒன்பதாவது அரசனான தனநந்தனால் ஆட்சி செய்யப்பட்டு வந்தது. அவன் ஒரு பொறுப்பற்ற அரசனாகவும் சுயநலவாதியாகவும் இருந்தான். அவன் தன்னுடைய அமைச்சர்களின் நல்ல அறிவுரைகளுக்குச் செவிசாய்க்காமல், தன்னுடைய விருப்பம்போல ஆட்சி செய்தான்.

ஒருமுறை, தனநந்தனின் அரசவையில் தத்துவரீதியான ஒரு கலந்துரையாடல் நிகழ்ந்து கொண்டிருந்தபோது, தனநந்தன் தொடர்ந்து மரியாதைக் குறைவாக நடந்து கொண்ட விதத்தால் எரிச்சலடைந்த சாணக்கியர், அந்த அவையைவிட்டு வெளியேறினார். இதைத் தன்னுடைய அரியணைக்கு ஏற்பட்ட அவமதிப்பாகக் கருதிய அரசன் தனநந்தன், சாணக்கியரைத் தன் அரண்மனையைவிட்டு வெளியேற்றினான். இதனால் அவமானமும் கோபமும் கொண்ட சாணக்கியர், தனநந்தனை அவனுடைய அரியணையிலிருந்து தூக்கி எறிந்துவிட்டு,

அவனுக்கு பதிலாக ஒரு நல்ல மனிதனை அரியணை ஏற்றுவதென்று ஒரு சபதம் மேற்கொண்டார்.

ஆனால் யார் அந்தக் கச்சிதமான அரசனாக இருப்பான்? தட்சசீலப் பல்கலைக்கழகத்தில் அக்காலகட்டத்தில் அர்த்தசாஸ்திரத்தைக் கற்பித்த ஓர் ஆசிரியராக இருந்த சாணக்கியரிடம் அறிவார்ந்த மாணவர்கள் பலர் பாடம் பயின்றனர். ஆனால், ஒரு கச்சிதமான இளவரசனாக இருப்பதற்கான தகுதி அவர்களில் யாருக்கும் இருக்கவில்லை. ஆனாலும், சாணக்கியர் தன் தேடலைத் தொடர்ந்தார்.

ஒருநாள், சில சிறுவர்கள் விளையாடிக் கொண்டிருந்ததை அவர் கண்டார். குழந்தைகள் தம் போக்கில் விளையாடும்போது நீங்கள் அவர்களைக் கூர்ந்து கவனித்தீர்கள் என்றால், அவர்களுடைய மனப்போக்கையும், குழுப்பணியையும், ஒத்துழைப்பையும், தீர்மானம் மேற்கொள்வதற்கான திறனையும், தலைமைத்துவத் திறமைகளையும் உங்களால் புரிந்து கொள்ள முடியும்.

எனவே, சாணக்கியர் அச்சிறுவர்களைக் கூர்ந்து கவனித்தார். அவர்கள் ஒரு காட்சியை அங்கு நடித்துக் கொண்டிருந்தனர். 'அமைச்சர்கள்' புடைசூழ அமர்ந்திருந்த 'அரசன்' ஒருவன், அரசவையில் தன் முன்னால் நின்று கொண்டிருந்த 'பொதுமக்கள்' சிலரிடம் பேசிக் கொண்டிருந்தான்.

மக்களுடைய மனக்குறைகளைப் பற்றி அவனுடைய அமைச்சர்கள் அவனிடம் எடுத்துரைத்தனர். அவன் அப்பிரச்சனைகளுக்கான தீர்வை வழங்கவிருந்தான். ஒரு வழக்கு நன்றாக ஆய்வு செய்யப்பட்டப் பிறகுதான் அவ்வழக்கில் இறுதித் தீர்ப்பு வழங்கப்பட வேண்டும். சூழ்நிலையைப் புரிந்து கொள்வதற்கான திறன் இங்கு மிகவும் முக்கியம். பிரச்சனையையும் அதில் சம்பந்தப்பட்ட நபரையும் பிரித்துப் பார்ப்பதற்கான திறனும் இங்கு அவசியமாகிறது.

ஆட்சி செய்கின்ற அரசன் அன்பும் கரிசனமும் கொண்டவனாக இருக்க வேண்டும். அதே சமயத்தில், அவன் வலிமையானவனாகவும் உறுதியானவனாகவும் இருக்க வேண்டும். அவன் இரக்க குணம் உடையவனாகவும், அதே சமயத்தில் உணர்ச்சிவசப்படாதவனாகவும் இருக்க வேண்டும். ஒரு நல்ல நீதிபதி என்பவர் சட்டத்தை நன்றாகப் புரிந்து கொண்டிருக்க வேண்டும். ஆனால், நியாயமான தீர்ப்பு வழங்கப்படுவதை மையமாக வைத்துப் பார்க்கும்போது, அந்தச் சட்டம் தன்னை மட்டுப்படுத்த அவர் அனுமதிக்க வேண்டியதில்லை. தெருவில் இக்காட்சியை அரங்கேற்றிக் கொண்டிருந்த சிறுவர்களில், அரசனாக நடித்துக் கொண்டிருந்தவன், பிரமிக்கத்தக்க இந்தப் பண்புநலன்கள் அனைத்தையும் வெளிப்படுத்தினான். இதைக் கண்டு சாணக்கியர் பெரிதும் பிரமித்தார். அவர் அந்த நாடகத்தை ஆர்வத்தோடு பார்க்கலானார்.

ஓர் அமைச்சராக நடித்துக் கொண்டிருந்த ஒரு சிறுவன், அரசனைப் பார்த்து, "அரசே, ஒரு தொழிற்சாலையில் வேலை செய்து கொண்டிருக்கின்ற இந்த ஊழியனின் வழக்கை இங்கு உங்கள்முன் எடுத்துரைக்க எங்களை அனுமதியுங்கள். இவன், குறித்த நேரத்தில் தன் வேலையை முழுமையாகச் செய்து முடித்திருக்காதபோதிலும், தனக்கு முழுச் சம்பளம் வேண்டும் என்று வற்புறுத்துகிறான்," என்று கூறினான்.

அரசன் அந்த ஊழியனைப் பார்த்து, "நீ செய்து முடித்திராத வேலைக்கு முழுச் சம்பளம் வழங்கப்பட வேண்டும் என்று நீ நிர்ப்பந்திப்பதற்கு என்ன காரணம்? செய்து முடிக்கப்பட்டுள்ள வேலைக்கு மட்டுமே உனக்குச் சம்பளம் வழங்கப்பட வேண்டும் என்று சட்டம் கூறுகிறது," என்று கூறினான்.

அதற்கு அந்த ஊழியன், "அரசே, நான் இந்த நெசவுத் தொழிற்சாலையில் பல ஆண்டுகளாக வேலை செய்து வந்துள்ளேன். என் குடும்பத்தில் நான் ஒருவன் மட்டுமே சம்பாதிக்கிறேன். என் பெற்றோரும் மனைவியும் குழந்தைகளும் என்னுடைய வருவாயை மட்டுமே சார்ந்துள்ளனர். சமீபத்தில் நான் நோய்வாய்ப்பட்டேன். அதனால் என்னால் வேலைக்குச் செல்ல முடியவில்லை. நான் நலமடைந்து மீண்டும் வேலைக்குச் சென்றபோது, என் குடும்பத்திற்குப் பணம் தேவைப்பட்டதால் எனக்குரிய சம்பளத்தை எனக்கு வழங்கும்படி நான் கோரினேன். ஆனால் என் முதலாளி என் கோரிக்கையை நிராகரித்துவிட்டார்," என்று கூறினான்.

அரசன் அந்தத் தொழிற்சாலை உரிமையாளனை அரசவைக்கு வரவழைத்து, அவனுடைய தரப்பு வாதத்தைக் கேட்டான். அந்த உரிமையாளன் இப்படிக் கூறினான்: "அரசே, அந்த ஊழியன் நோய்வாய்ப்பட்டிருந்ததால், அவன் மீண்டும் வேலைக்குத் திரும்பி வரும்வரை என்னால் காத்திருக்க முடியவில்லை. அது எனக்குக் கட்டுப்படியாகாது. எனவே, குறித்த நேரத்தில் அந்த வேலையை நிறைவேற்றுவதற்காக நான் இன்னொருவனை அந்த வேலைக்கு எடுத்துக் கொள்ள வேண்டியதாயிற்று. அப்படி இருக்கும்போது, வேலைக்கு வராத இந்த ஊழியனுக்கும் இப்போது என்னால் எப்படிச் சம்பளம் கொடுக்க முடியும்? இவன்தான் தன் வேலையைச் செய்யவில்லையே?"

அந்த ஊழியன் இதைக் கேட்டுக் கண்ணீர் வடித்தான். "அரசே, என்மீது கருணை காட்டுங்கள். நான் இந்தத் தொழிற்சாலையில் பல ஆண்டுகளாக வேலை செய்து வந்துள்ளேன். இதுநாள்வரை, எனக்குக் கொடுக்கப்பட்ட வேலைகளை உரிய நேரத்தில் செய்து முடிக்க நான் ஒருபோதும் தவறியதில்லை. ஆனால் எனக்குத் திடீரென்று உடல்நலக் குறைவு ஏற்பட்டால் என்னால் என்ன செய்ய முடியும்? நான்

ஓர் ஏழை. இந்த ஊதிய இழப்பு என் குடும்பத்திற்குப் பெரும் பண நெருக்கடியை ஏற்படுத்திவிடும்," என்று அவன் கூறினான்.

அரசன் இந்த வழக்கைத் தன் அமைச்சர்களுடன் கலந்து ஆலோசித்தான். பிறகு, "ஒருவன் முழுமையாகச் செய்து முடிக்காத ஒரு வேலைக்கு அவனுக்குச் சம்பளம் கொடுக்கும்படி கூறுகின்ற எந்தவொரு சட்டமும் இல்லை என்றாலும், இவன் தன் வேலையில் வெளிப்படுத்தி வந்துள்ள அர்ப்பணிப்பை நாம் கருத்தில் எடுத்துக் கொண்டாக வேண்டும். இந்த ஊழியனின் குடும்பமும், அந்தத் தொழிற்சாலை உரிமையாளரின் பெரிய குடும்பத்தின் ஒரு முக்கியப் பகுதியாகும்," என்று அரசன் கூறினான்.

இதைத் தொடர்ந்து, அந்த ஊழியன் நோய்வாய்ப்பட்டிருந்த ஒரு வாரத்திற்கான முழுச் சம்பளமும் அவனுக்குக் கொடுக்கப்பட வேண்டும் என்று அந்த அரசன் தீர்ப்பளித்தான்.

பிறகு, அவன் மேலும் தொடர்ந்தான். "பொருளாதாரக் கொள்கைகளை நாம் வகுக்கும்போது, நம்முடைய ஊழியர்களின் நலனையும் நம் மனத்தில் வைத்துச் செயல்பட வேண்டும். உடல்நலக் குறைவால் ஊழியர்கள் வேலைக்கு வர முடியாமல் போவது போன்ற சூழ்நிலைகளில், சம்பளத்துடன்கூடிய விடுப்புகள் அவர்களுக்குக் கிடைக்கும்படியான ஒரு புதிய சட்டத்தை நாம் செயல்படுத்தலாம்," என்று அவன் கூறினான்.

சாணக்கியர் அச்சிறுவனின் தீர்ப்பைப் பெரிதும் பாராட்டினார். அவன் தனக்கு வழிகாட்டுவதற்குச் சட்டத்தை நாடியதோடு மட்டுமல்லாமல், மக்களின் நலனைக் கருத்தில் கொண்டு ஒரு புதிய சட்டத்தையும் அவன் அறிமுகப்படுத்தினான். ஓர் உண்மையான அரசனுக்குரிய அனைத்துப் பண்புநலன்களையும் அவன் வெளிப்படுத்தினான். சாணக்கியர் அந்தச் சிறுவர்களை அணுகி, "அரசனின் பாத்திரத்தை ஏற்று நடித்தச் சிறுவனின் பெயர் என்ன?" என்று கேட்டார்.

"அவனுடைய பெயர் சந்திரகுப்த மௌரியன்," என்று ஒரு சிறுவன் கூறினான்.

சாணக்கியர் இதைக் கேட்டுப் புன்னகைத்தார். ஒரு கச்சிதமான ஆசிரியரான அவர், இறுதியில் தனக்குக் கச்சிதமான ஒரு மாணவனைக் கண்டுபிடித்திருந்தார்.

உள்நோக்குகள்

* ஓர் ஆசிரியரும் ஒரு மாணவனும் சந்தித்துக் கொள்வதற்கான சரியான நேரம் அவர்கள் இருவருமே அதற்குத் தயாராக இருக்கின்ற நேரம்தான். அப்படிப்பட்ட ஒரு சந்திப்பு, இருவருக்குமே ஒரு பரிபூரண மாற்றத்தை ஏற்படுத்துவதாக அமையும்.

* மக்கள் விளையாடுகின்ற விதத்தைக் கொண்டு மட்டுமே அவர்களை எடைபோடக் கூடாது, மாறாக, அவர்கள் எந்த மனப்போக்குடன் விளையாடுகிறார்கள் என்பதையும் நாம் கருத்தில் கொள்ள வேண்டும்.

* சட்டத்தை நிலைநாட்டும்போது, ஓர் அரசன் தன்னுடைய மக்களின் நலனைக் கருத்தில் கொள்ள வேண்டும். தேவைப்பட்டால், அவர்களுடைய நலனுக்காகப் புதிய சட்டங்கள் இயற்றப்பட வேண்டும்.

அத்தியாயம் 7

அரிசிச் சோற்றுப் போர் உத்தி

ஆச்சாரியார் நீதி

"ஒரு யுத்தம் வலிமையால் வெல்லப்படுவதில்லை, மாறாக, மனத்தால்தான் அது வெல்லப்படுகிறது," என்ற வசனம் ஒரு பிரபலமான இந்திப் படத்தில் இடம்பெற்றுள்ளது.

ஒரு யுத்தத்தைவிட, அந்த யுத்தத்தைப் பற்றி நாம் சிந்திக்கின்ற விதமும் திட்டமிடுகின்ற விதமும் அதிக முக்கியமானவையாகும். "யுத்தங்கள் உண்மையில் போர்க்காலங்களில் வெல்லப்படுவதில்லை, மாறாக, அமைதி நிலவுகின்ற காலகட்டங்களில் மேற்கொள்ளப்படுகின்ற திட்டமிடுதல் மற்றும் தயாரிப்பு வேலைகளாலேயே வெல்லப்படுகின்றன," என்ற உண்மையை ஒரு பிரபலமான ராணுவப் படை வலியுறுத்துகிறது.

போர் உத்திகளைத் தன் மாணவர்களுக்குக் கற்றுக் கொடுப்பதற்குத் தனித்துவமான வழிமுறைகளைச் சாணக்கியர் பயன்படுத்தினார். சில சமயங்களில், சொற்பொழிவுகள் மூலம் அவர் அந்த உத்திகளைக் கற்பித்தார். ஆனால் பெரும்பாலான சமயங்களில், நிஜ வாழ்வில் உள்ள உண்மையான எடுத்துக்காட்டுகள் மூலமாகவும், உணவு உட்கொள்ளும் நேரத்தில் நடைபெற்ற உரையாடல்கள் வாயிலாகவும் அவர் அதைச் செய்தார்.

ஆச்சாரியார் கதை

அரசன் சந்திரகுப்தன் இளைஞனாக இருந்தபோது, சண்டையிடுவதற்கும் தன்னுடைய ராஜ்யத்தின் எல்லையை விரிவுபடுத்துவதற்கும் ஆற்றலோடு எப்போதும் தயாராக இருந்தான். ஒருமுறை, ஒரு போர் தொடுப்பதைப் பற்றி அவன் தன் அமைச்சர்களுடன் கலந்துரையாடிக் கொண்டிருந்ததைச் சாணக்கியர் கண்டார். தன்னுடைய எதிரியின்மீது ஒரு நேரடித் தாக்குதலை அவன் உற்சாகமாகத் திட்டமிட்டுக் கொண்டிருந்தான்.

"நாம் நேராக யுத்தத்திற்குச் செல்லலாம். நாம் அவனுடைய ராஜ்யத்தின் மையத்திற்கு அணிவகுத்துச் சென்று, நம்முடைய முதல் தாக்குதலிலேயே அந்த அரசனை வீழ்த்திவிடலாம். அதிக நேரத்தையும் முயற்சியையும் வீணாக்காமல் நாம் இந்த யுத்தத்தில் சுலபமாக வெற்றி பெற்றுவிடலாம்," என்று அவன் கூறினான்.

ஆனால் தன் மாணவர்களை எப்போதும் உன்னிப்பாகக் கண்காணித்தச் சாணக்கியர், சந்திரகுப்தனின் வழிமுறையில் ஒரு பெரிய தவறு இருந்ததைக் கண்டார். அவன் கூறிய திட்டம், சொல்வதற்கு வேண்டுமானால் சுலபமானதாக இருக்கலாம், ஆனால் செயல்படுத்துவது கடினம் என்பதை அவர் அறிந்திருந்தார். லட்சிய வெறி கொண்ட ஓர் இளைஞனுக்குரிய அனைத்து வலிமையையும் சந்திரகுப்தன் வெளிப்படுத்தினான். ஆனால், முன்னாய்வும் கண்ணோட்டமும் அவனிடம் இருக்கவில்லை. ஓர் அரசனை நேரடியாகத் தாக்கி, முதல் தாக்குதலிலேயே அவனைத் தோற்கடிப்பது உண்மையிலேயே சாத்தியமா? தலையைத் தாக்கினால், உன்னால் போரில் வெற்றி பெற்றுவிட முடியும் என்று சாணக்கியரே அவர்களுக்குக் கற்றுக் கொடுத்திருந்தார்.

ஆனால் பலனளிக்கும் விதத்தில் இந்த உத்தியைச் செயல்படுத்துவதற்கு முழுமையான திட்டமிடுதல் தேவை. குறிப்பாக, எதிரி அரசன் அதிக சக்திவாய்ந்தவனாகவும், ஆள் பலமும் ஆயுத பலமும் பொருந்தியவனாகவும் இருக்கும்பட்சத்தில், அவனை எதிர்ப்பதற்கான திட்டம் மிகவும் வலிமையானதாக இருக்க வேண்டும்.

சந்திரகுப்தனுக்கு இது குறித்துச் சொற்பொழிவாற்றுவதற்கு பதிலாக, ஓர் எளிய செயல்முறை விளக்கத்தின் மூலம் அவனுக்கு அக்கருத்தைப் புரிய வைப்பதென்று சாணக்கியர் தீர்மானித்தார்.

அன்று மாலையில் உணவு தயாரானவுடன், விருந்தினர்களின் தட்டுகளில் சூடான சோறு பரிமாறப்பட்டது. அதைத் தொடர்ந்து, வழக்கம்போல ஒரு சிறு பிரார்த்தனை கூறப்பட்டது. பிறகு சந்திரகுப்தன் சாப்பிடத் தொடங்கியபோது, சாணக்கியர் அவனைத் தடுத்துவிட்டு, "ஒரு நிமிடம் பொறு . . ." என்று கூறினார்.

பிறகு அவர் சந்திரகுப்தனின் தட்டைச் சுட்டிக்காட்டி, "இது உன்னுடைய போர்க்களம் என்று கற்பனை செய்து கொள், அந்தச் சோறுதான் எதிரிப் படை. அதிலுள்ள ஒவ்வொரு பருக்கையும் அப்படையில் உள்ள ஒரு வீரன்," என்று கூறினார். தன்னுடைய ஆசிரியரைப் பற்றி நன்றாக அறிந்து வைத்திருந்த சந்திரகுப்தன், அவர் தனக்கு ஏதோ ஒரு முக்கியமான பாடத்தைக் கற்றுக் கொடுக்கவிருந்ததைப் புரிந்து கொண்டான்.

சாணக்கியர் அவனிடம், "எதிரி முகாமின் தலைவனான அரசன் எங்கே தன்னை நிலைப்படுத்தியிருப்பான் என்று நீ நினைக்கிறாய்?" என்று கேட்டார்.

"மையத்தில்தான்," என்று சந்திரகுப்தன் சட்டென்று கூறினான்.

"ஏன்?"

"ஏனெனில், அவன் அப்படையின் தலைவனாக இருப்பதால், அவன் தன்னுடைய வீரர்களால் பாதுகாப்பாகச் சூழப்பட்டிருப்பான்."

"பிரமாதம்! அப்படியென்றால், அந்த அரசனை வீழ்த்தி அப்போரில் வெற்றி பெறுவதற்கு நீ எந்த வழிமுறையைப் பயன்படுத்துவாய்?"

சந்திரகுப்தன் ஒரு நல்ல மாணவனாக இருந்தான். தனக்குக் கற்றுக் கொடுக்கப்பட்டிருந்த அனைத்துப் போர் உத்திகளையும் அவன் நினைவுபடுத்திப் பார்த்தான். அவன் இப்போது கற்றுக் கொள்ள வேண்டியிருந்ததெல்லாம், எந்த நேரத்தில் எந்த உத்தியைப் பயன்படுத்த வேண்டும் என்பதுதான்.

"ஆச்சாரியார் அவர்களே, தலைவனை வீழ்த்திவிட்டால் போரில் வெற்றி பெற்றுவிடலாம் என்று நீங்கள் எங்களுக்குக் கற்றுக் கொடுத்திருக்கிறீர்கள். எனவே, நான் அந்த எதிரி அரசனை நேரடியாகத் தாக்கி அவனைத் தோற்கடித்துவிட்டால், அவனுடைய படை என்னிடம் சரணடைந்துவிடும். எனவே, குறைந்த முயற்சியில் குறைவான நேரத்தில் நாம் அந்தப் போரில் வெற்றி பெற்றுவிடலாம்."

சந்திரகுப்தன் இப்படிக் கூறிவிட்டுத் தன்னுடைய உத்தியை நினைத்துப் பெருமிதம் கொண்டான். ஆனால் சாணக்கியர் அவனை வினோதமாகப் பார்த்தார்.

அவர் அவனுடைய தட்டைச் சுட்டிக்காட்டி, "உன்னுடைய கோட்பாட்டை நாம் இப்போது பரீட்சித்துப் பார்க்கலாம்," என்று கூறினார்.

ஒரு நேரடித் தாக்குதலை உணர்த்தும் விதமாகச் சந்திரகுப்தன் உடனடியாகத் தன்னுடைய விரலை அந்தச் சோற்றுக் குவியலின் மையத்தில் செருகினான். ஆனால் அந்தச் சோறு மிகவும் சூடாக இருந்ததால், அது அவனுடைய விரலைச் சுட்டுவிட்டது. வலி தாளாமல் அவன் உடனே தன் விரலை அதிலிருந்து வெளியே எடுத்தான்.

"சோறு மிகவும் சூடாக இருக்கிறது!" என்று அவன் கூறினான்.

சாணக்கியர் லேசாகப் புன்னகைத்துவிட்டு, "சந்திரகுப்தா, ஓர் அரசன் தன்னுடைய படையின் மையத்தில் தன்னுடைய படைவீரர்களால் பாதுகாப்பாகச் சூழப்பட்டிருக்கும்போது அவனை நேரடியாகத் தாக்குவது சுலபம் என்று நீ நினைக்கிறாயா?" என்று கேட்டார்.

எல்லா உத்திகளையும் எல்லா நேரத்திலும் செயல்படுத்த முடியாது என்பதைச் சந்திரகுப்தன் புரிந்து கொண்டான்.

"ஆச்சாரியார் அவர்களே, இப்படிப்பட்ட ஒரு சூழ்நிலையில் நாம் என்ன செய்ய வேண்டும் என்று நீங்கள் நினைக்கிறீர்கள்?" என்று அவன் கேட்டான்.

"எல்லைகளிலிருந்து தொடங்கி அப்படைக்குள் புகுவதற்கு முயற்சி செய்து பார். எல்லைகளில் படைகள் எப்போதுமே பலவீனமாகவும் எளிதில் தாக்குதலுக்கு ஆளாகக்கூடிய நிலையிலும் இருக்கும். தாக்குதலை அங்கு தொடங்குவது, தலைநகரத்தைத் தாக்குவதைவிட அதிக சுலபமானதாக இருக்கும். ஏனெனில், தலைநகரம் ஏகப்பட்டப் பாதுகாப்புடன் இருக்கும்."

சந்திரகுப்தன் அதை ஆமோதித்தான். பிறகு அவன் தன் கையை மீண்டும் அந்தச் சோற்றில் வைத்தான். ஆனால் இம்முறை, தன்னுடைய விரல்களை அந்தச் சோற்றின் நடுவே நுழைப்பதற்கு பதிலாக, விளிம்பிலிருந்து அவன் துவக்கினான்.

விளிம்பையொட்டி இருந்த சோற்றுப் பருக்கைகள் ஆறிப் போயிருந்ததால், அவனால் அவற்றைத் தன் விரல்களால் ஒதுக்கிவிட முடிந்தது. ஆறிப் போன அந்தப் பருக்கைகளை ஓர் ஓரமாக விலக்கிவிட்டப் பிறகு, மையத்தை நோக்கி மெல்ல அவனால் நகர்ந்து செல்ல முடிந்தது. அவனுடைய தன்னம்பிக்கை மெதுவாக அதிகரித்தது. ஒரு கோப்பையில் உள்ள சூடான தேநீரை நாம் எப்படி ஊதி ஆற வைப்போமோ, அதேபோல, சூடான அந்தச் சோற்றுப் பருக்கைகள்மீது லேசாக ஊதிவிட்டவுடன் அவை மெதுவாக ஆறியதையும் அவன் கண்டான்.

ஒருசில கணங்களில், அதிக முயற்சியின்றியும் தன் விரல்களைப் பொசுக்கிக் கொள்ளாமலும் அவன் அந்தச் சோற்றுக் குவியலின் மையத்திற்குள் நுழைந்திருந்தான்.

"ஆச்சாரியார் அவர்களே, இது அற்புதமான ஓர் உத்தி. இது சற்று மெதுவானதாக இருந்தாலும், அதிக சுலபமானதாகவும், வெற்றிக்கான உத்தரவாதத்தைக் கொடுப்பதாகவும் உள்ளது!" என்று சந்திரகுப்தன் உற்சாகமாகக் கூறினான்.

"உண்மைதான். ஆனால் நீ எந்தத் திசையை நோக்கி நகர்ந்து கொண்டிருக்கிறாய் என்பதை நீ அறிந்திருக்க வேண்டியதும் முக்கியம். திசை தெரியாமல் வெறுமனே ஓடுவது வெற்றியைப் பெற்றுக் கொடுக்காது," என்று சாணக்கியர் வலியுறுத்தினார்.

சந்திரகுப்தன் சற்று முன் தான் கற்றுக் கொண்டிருந்த பாடத்தைத் தன் மனத்தில் அசை போட்டுக் கொண்டிருந்தபோது, தன் எண்ணங்களைச் செயல்படுத்துவதற்கு முன்பாக ஒரு சூழ்நிலையை எச்சரிக்கையாக ஆய்வு செய்யத் தன் மாணவன் கற்றுக் கொண்டிருந்ததை நினைத்துச் சாணக்கியர் மகிழ்ச்சி அடைந்தார்.

உள்நோக்குகள்

♦ ஓர் உத்தி வெற்றி பெறத் தவறும்போது, நீங்கள் உங்கள் முயற்சியைக் கைவிட வேண்டும் என்பது அதற்கு அர்த்தமல்ல. உங்களுடைய இலக்கை அடைவதற்கு உங்களுக்கு அதிக உதவியாக இருக்கக்கூடிய இன்னொரு மாற்று உத்தியை முயற்சித்துப் பாருங்கள்.

♦ ஒருவன் எல்லா நேரங்களிலும் தன்னுடைய பலத்தை வெளிப்படுத்தத் தேவையில்லை. ஒரே தாக்குதலில் வெற்றி பெற்றுவிடலாம் என்ற எண்ணத்துடன் சந்திரகுப்தன் அந்த மையத்தைத் தாக்கினான், ஆனால் அவன் தன்னைக் காயப்படுத்திக் கொண்டான்.

♦ பெரியவர்களின் வழிகாட்டுதலுக்கு எப்போதும் செவிசாயுங்கள். ஏனெனில், உங்களால் தீர்வு காண முடியாத ஒரு சூழ்நிலைக்கு அவர்களால் தீர்வு காண முடியும். சந்திரகுப்தனுக்கு அவனுடைய ஆசிரியரான சாணக்கியர் இருந்தார். அவர் அவனை எப்போதும் வெற்றியை நோக்கித் தவறாமல் வழிநடத்தினார்.

அத்தியாயம் 8

ஆன்விக்ஷிகி -
சிந்தனை அறிவியல்

ஆச்சாரியார் நீதி

மற்ற வகையான உயிரினங்களுக்கு இல்லாத ஒரு தனித்துவமான பரிசு மனிதர்களுக்குக் கிடைத்திருக்கிறது. அதுதான் 'அறிவு.'

மனிதர்கள் பல்வேறு பரிமாணங்களில் சிந்திப்பதற்கான திறன் அமையப் பெற்றுள்ளனர். அத்திறனைக் கொண்டு அவர்களால் சோதித்து அறிய முடிகிறது, ஆய்வு செய்ய முடிகிறது, தர்க்கரீதியாக விளக்கம் அளிக்க முடிகிறது, திட்டமிட முடிகிறது, முன்கூட்டியே கணிக்க முடிகிறது, தங்களுக்கு விருப்பமான விதத்தில் தங்கள் எதிர்காலத்தை உருவாக்கிக் கொள்ளவும் முடிகிறது.

ஒரு சிந்தனைப்பூர்வமான வாழ்க்கையை வாழும்படி சாணக்கியர் தன் மாணவர்களை அடிக்கடி ஊக்குவித்தார். அவருடைய அர்த்தசாஸ்திரத்தில் இது 'ஆன்விக்ஷிகி' என்று அழைக்கப்படுகிறது. 'சிந்தனை அறிவியல்' என்பது அதன் பொருள். அது வெறும் கோட்பாடாக மட்டும் இருக்கவில்லை. எல்லாவற்றையும்விட மேலானதாகத் தான் மதித்த இந்த அறிவியலைத் தன்னுடைய மாணவர்கள் தங்களுடைய நடைமுறை வாழ்க்கையில் செயல்படுத்திக் கொண்டிருந்தார்களா என்பதைச் சாணக்கியர் அடிக்கடிப் பரிசோதித்தார்.

ஆச்சாரியார் கதை

சந்திரகுப்தனின் படை இப்போது அலெக்சாண்டரை எதிர்த்துச் சண்டையிடத் தயாராக இருந்தது. படைவீரர்கள், ஆயுதங்கள், போர்த்தளவாடப் பொருட்கள், மற்றும் பிற வளவசதிகள் அவர்களிடம் தயார் நிலையில் இருந்தன.

ஆனாலும், சந்திரகுப்தன் எல்லாக் கோணங்களிலிருந்தும் இந்தப் போரை கவனமாக ஆய்வு செய்திருந்தானா என்பதைச் சாணக்கியர் உறுதி செய்து கொள்ள விரும்பினார். அவர் எதையும் உதாசீனப்படுத்தாத ஓர் ஆசிரியராக இருந்தார். அவர் தன்னுடைய மிக அறிவார்ந்த மாணவனைக்கூடக் கேள்வி கேட்டார், உன்னிப்பாக ஆராய்ந்தார். போதிய திட்டங்கள் சந்திரகுப்தனிடம் இருந்ததை அவர் உறுதி செய்து கொள்ள விரும்பினார்.

போர் நெருங்கியபோது, சாணக்கியர் சந்திரகுப்தனை அழைத்து, "இன்று மாலையில், நம்முடைய அனைத்துத் தயாரிப்பு ஏற்பாடுகளையும் போர் உத்தியையும் நீ எனக்குக் காட்ட வேண்டும்," என்று கட்டளையிட்டார்.

தான் எதிர்கொண்டிருந்த மிகப் பெரிய சோதனை யுத்தக்களத்தில் வெற்றி பெறுவது அல்ல, மாறாக, யுத்தக்களத்திற்கு வெளியே தன்னுடைய ஆசிரியரான சாணக்கியரின் சோதனையில் வெற்றி பெறுவதே என்பதைச் சந்திரகுப்தன் உணர்ந்து கொண்டான். அலெக்சாண்டருடனான போருக்குத் தான் முழுமையாகத் தயாராக இருக்கவில்லை என்றால், அவர் தன்னை நார்நாராகக் கிழித்துவிடுவார் என்பதை அவன் அறிந்திருந்தான். சாணக்கியரையும் அவருடைய விலாவாரியான கேள்விகளையும் அவனால் லேசாக எடுத்துக் கொள்ள முடியாது. எனவே, அன்று மாலைக்குள் அனைத்து விடைகளும் தன்னிடம் இருப்பதை அவன் உறுதி செய்ய வேண்டியிருந்தது. தன் ஆசிரியரின் சோதனையில் தான் வெற்றி பெற்றுவிட்டால், தன் வாழ்வின் பிற எந்தவொரு சோதனையிலும் தன்னால் வெற்றி பெற முடியும் என்பதையும் அவன் அறிந்திருந்தான். சந்திரகுப்தன் சாணக்கியரிடமிருந்து விடைபெற்றுக் கொண்டபோது, அவர் ஒரு கண்டிப்பான குரலில், "எதிரியை ஒருபோதும் சாதாரணமாக எடுத்துக் கொள்ளாதே. இதை எப்போதும் உன் நினைவில் வைத்துக் கொள்," என்று கூறினார்.

போருக்கான அனைத்துத் தயாரிப்பு ஏற்பாடுகளும் செய்யப்பட்டிருந்த நிலையில், யானைகளையும் குதிரைகளையும் தேர்களையும் சந்திரகுப்தன் தானே நேரில் சென்று பார்வையிட்டான். அவன் தன்னுடைய பல்வேறு துறைத் தலைவர்களை சந்தித்து, உணவுப் பொருட்கள், ஆயுதங்கள், போதுமான மாற்றுத் திட்டங்கள் ஆகியவற்றைப் பற்றி அவர்களுடன் கலந்துரையாடினான். பிறகு, அவன் தன்னுடைய அறைக்குச் சென்று, தனித்துவமான ஒரு காரியத்தைச் செய்தான்.

தன்னுடைய குருகுல நாட்களின்போது, சாணக்கியர் நிகழ்த்தியிருந்த சொற்பொழிவுகளைச் சந்திரகுப்தன் ஒரு புத்தகத்தில் குறிப்பெடுத்து வைத்திருந்தான். அவன் அப்புத்தகத்தை இப்போது திறந்தான். தன் ஆசிரியர் தனக்குக் கற்றுக் கொடுத்திருந்தவற்றைத் தான் அப்படியே துல்லியமாகக் கடைபிடித்துக் கொண்டிருந்ததை அவன் உறுதி செய்து கொள்ள விரும்பினான்.

சாணக்கியர் தன் மாணவர்களுக்குக் கற்றுக் கொடுத்திருந்த முதல் பாடம் 'ஆன்விக்ஷிகி.' ஒருவன் கற்றுக் கொள்ள வேண்டிய மிக முக்கியமான பாடம் அதுதான் என்று சாணக்கியர் கருதினார். அவர் தன்னுடைய முதல் சொற்பொழிவில் கூறியவற்றைச் சந்திரகுப்தன் இப்போதும் நன்றாக நினைவில் வைத்திருந்தான்.

"ஆன்விக்ஷிகி என்பது சிந்தனை அறிவியலாகும். அனைத்து அறிவியல்களின் முன்னோடி அது. அதன் வழிகாட்டுதலின் அடிப்படையில்தான் நாம் நம்முடைய அனைத்துத் தீர்மானங்களையும் மேற்கொள்கிறோம்," என்று சாணக்கியர் கூறியிருந்தார்.

அப்போது, ஆன்விக்ஷிகி ஏன் அவ்வளவு முக்கியமானது என்று ஒரு மாணவன் கேட்டான். சாணக்கியர் அதை விரிவாக விளக்கினார். "ஆன்விக்ஷிகி என்பதற்குத் தத்துவம் என்ற பொருளும் உண்டு. நம்முடைய முயற்சிகள் வெற்றி பெற வேண்டும் என்றால், தத்துவரீதியான சிந்தனையும் நடைமுறைரீதியான சிந்தனையும் நமக்குத் தேவை. ஆன்விக்ஷிகி என்பது ஆன்மீகரீதியாக எது நல்லது மற்றும் எது தீயது என்பதையும், பொருள்ரீதியான லாபம் மற்றும் இழப்பையும், அரசியலில் நல்ல கொள்கைகள் மற்றும் மோசமான கொள்கைகளையும் உங்களுடைய தர்க்கப்பூர்வமான அறிவையும் பகுத்தறிவையும் பயன்படுத்தி ஆய்வு செய்கின்ற ஒரு வழிமுறையாகும். முரண்பாடு எழும்போது, சரியான தீர்மானங்கள் மேற்கொள்வதற்கு ஆன்விக்ஷிகி நம் மனத்திற்கு உதவுகிறது. பாதகமான சூழ்நிலைகளிலும் செழிப்பான காலகட்டங்களிலும் நம் மனம் ஒரே சீராகச் செயல்படுவதற்கு அது உதவுகிறது. எண்ணமும் சொல்லும் செயலும் செயற்திறனோடு இருப்பதை அது உறுதி செய்கிறது."

ஒரு மாணவன் என்ற முறையில், ஆன்விக்ஷிகியின் முழுமையான அர்த்தம் சந்திரகுப்தனுக்கு அப்போது புரிந்திருக்கவில்லை. ஆனால் இப்போது அது அவனுக்குத் தெளிவாகப் புரிந்தது. எதுவொன்றையும் திட்டமிடும்போதும் பல்வேறு பரிமாணங்களில் ஒருவன் சிந்திக்க வேண்டும் என்பதை அவன் கற்றுக் கொண்டான்.

மாலையில், சாணக்கியர் கேட்கக்கூடிய எந்தவொரு கேள்வியையும் எதிர்கொள்வதற்குச் சந்திரகுப்தன் தயாராக இருந்தான். அவனை உன்னிப்பாக கவனித்தச் சாணக்கியர், "ஆன்விக்ஷிகியை நீ செயல்படுத்தியிருப்பாய் என்று நான் நம்புகிறேன்," என்று கூறினார்.

"ஆமாம், எல்லாப் பரிமாணங்களிலும் நான் சிந்தித்திருக்கிறேன்," என்று கூறிய சந்திரகுப்தனின் வார்த்தைகளில் தன்னம்பிக்கை மேலோங்கியிருந்தது, ஆனால் அதே சமயத்தில் அவனுடைய பதிலில் பணிவும் இருந்தது. சாணக்கியரிடம் அகங்காரத்தோடு நடந்து கொள்வது அவனுக்கு இயலாத காரியம்.

சாணக்கியர் அவனிடம், "உன்னுடைய கருவிகள் மற்றும் வளவசதிகளைப் பொருத்தவரை நீ முற்றிலும் தயாராக இருக்கிறாய் என்பதை நான் அறிவேன். ஆனால்,

போர்க்களத்திற்குள் நுழைவதற்கு முன்பாக நீ உளரீதியாகவும் ஆன்மீகரீதியாகவும் வலிமையானவனாக இருக்க வேண்டும் என்று நான் விரும்புகிறேன். வீரத்தில் அர்ஜுனனுக்கு ஈடு இணை கிடையாது. ஆனால் அவன் போர்க்களத்தில் அடியெடுத்து வைத்தபோது, அவனுக்குப் பதற்றம் ஏற்பட்டது. எனவே, தன்னுடைய எதிரியைத் தாக்குவதற்கு முன்பாக, ஆன்மீகரீதியாகவும் மனரீதியாகவும் தன்னைத் தயார்படுத்திக் கொள்ள வேண்டியது ஓர் அரசனுக்கு இன்றியமையாதது," என்று கூறினார்.

பிறகு, "போர்க்களத்தில் ஒரு வீரன் எதிர்கொள்ளக்கூடிய மிகப் பெரிய பிரச்சனை ஒன்று இருக்கிறது. அவன் அதை எதிர்கொண்டு சமாளித்து, அதிலிருந்து மீண்டால் மட்டுமே அவனால் அப்போரில் வெற்றி பெற முடியும். அது என்ன?" என்று அவர் கேட்டார்.

"தர்மசங்கடம்தான் அது. போரின்போது நம்முடைய சொந்த உணர்ச்சிகளைத் தொடர்ந்து வருகின்ற ஒரு தார்மீகரீதியான மற்றும் நன்னடத்தைரீதியான தடுமாற்றம் அது. அது ஓர் இருதலைக் கொள்ளி எறும்பு நிலையாகும்," என்று சந்திரகுப்தன் பதிலளித்தான்.

"சபாஷ்! ஓர் இறுதிக் கேள்வி. ஒவ்வொரு வீரனும் எதிர்கொள்கின்ற மாபெரும் யுத்தம் எது?"

"தர்மயுத்தம்! சமுதாயத்தில் விழுமியங்களை நிலைப்படுத்துவதற்காக மேற்கொள்ளப்படுகின்ற ஒரு யுத்தம் அது. அப்படிப்பட்ட ஒரு யுத்தம் அதிகாரத்திற்காகவோ அல்லது செல்வத்திற்காகவோ மேற்கொள்ளப்படுவது இல்லை. மாறாக, மக்களின் நலனுக்காகவே அந்த யுத்தம் நிகழ்த்தப்படுகிறது," என்று சந்திரகுப்தன் பதிலளித்தான்.

சாணக்கியர் இந்த பதிலைக் கேட்டுத் திருப்தியடைந்தார். தன் மாணவனால் தன்னுடைய படையைப் போர்க்களத்திற்குள் வெற்றிகரமாக முன்னடத்திச் செல்ல முடியும் என்ற நம்பிக்கை அவருக்கு ஏற்பட்டது.

உள்நோக்குகள்

* ஒரு சூழ்நிலை குறித்து நடவடிக்கை எடுப்பதற்கு முன்பாக, அச்சூழ்நிலையால் ஏற்படக்கூடிய சாத்தியமுள்ள அனைத்து விளைவுகளையும் பற்றி சிந்தியுங்கள். மோசமான திட்டமிடுதல் தோல்விக்கு வழிவகுக்கும். நன்னடத்தைரீதியாகவும் ஆன்மீகரீதியாகவும் உணர்ச்சிரீதியாகவும் தயாராக இருப்பதுதான் வெற்றிக்கான முக்கிய அம்சமாகும்.

* பொருள்ரீதியான லாபங்களைப் பற்றி சிந்திப்பதோடு கூடவே, ஒரு போராட்டத்தால் ஏற்படக்கூடிய ஆன்மீகரீதியான மற்றும் தத்துவரீதியான பின்விளைவுகளையும் ஒரு தலைவன் கருத்தில் கொள்ள வேண்டும்.

* உணர்ச்சிகள் உங்களை பாதிக்காமல் பார்த்துக் கொள்ளுங்கள். அதாவது, நீங்கள் உணர்ச்சிவசப்படாமல் இருப்பதை உறுதி செய்து கொள்ளுங்கள்.

அத்தியாயம் 9

அரசரா அல்லது அரசர்களை உருவாக்குபவரா?

ஆச்சாரியார் நீதி

அதிகாரம் என்றால் என்ன?

மற்றவர்களைக் கட்டுப்படுத்துவதற்கும் அவர்கள்மீது தாக்கம் விளைவிப்பதற்குமான திறன் என்பது அதன் பொருள்.

அதிகாரம் படைத்த மக்களை வாழ்வின் ஒவ்வோர் அம்சத்திலும் நாம் பார்க்கிறோம். அரசியல்வாதிகள், தொழிற்தலைவர்கள், அரசாங்க அதிகாரிகள், குடும்பத் தலைவர்கள், நிறுவனத் தலைவர்கள் ஆகியோரை இதற்கு எடுத்துக்காட்டுகளாகக் கூறலாம்.

ஆச்சாரியார் கதை

சாணக்கியர் அதிகாரத்தைப் புரிந்து கொண்டதோடு மட்டுமல்லாமல், அதை உருவாக்கவும் செய்தார். மற்றவர்களுடைய நன்மைக்காக அதிகாரத்தைப் பயன்படுத்துவதைப் பற்றி அவர் எழுதவும் பேசவும் செய்தார்.

பலம் வாய்ந்த அரசர்களுக்கு அவர் பயிற்சியளித்தார், அவர்களுக்கு வழிகாட்டுதல்களையும் அறிவுறுத்தல்களையும் கொடுத்தார், அதிகாரத்தின் பல்வேறு அம்சங்களை அவர்களுக்குக் கற்றுக் கொடுத்தார். அதிகாரத்தோடு சேர்ந்து வருகின்ற பொறுப்புகளைப் பற்றியும் அவர் அவர்களிடம் எடுத்துரைத்தார்.

இத்தனைக்கும் அவர் ஒரு சாதாரண ஆசிரியர்தான்.

சந்திரகுப்தனை மகதப் பேரரசின் மன்னனாகவும் ஐக்கிய இந்தியாவின் பேரரசனாகவும் ஆக்கிய பிறகு, சாணக்கியர் ஏராளமான அதிகாரத்தைத் தன் கட்டுப்பாட்டிற்குள் கொண்டுவந்தார்.

ஒருநாள், அவர் ஒரு சாதாரண மனிதனைப்போல ஒரு சந்தை வழியாக நடந்து சென்று கொண்டிருந்தார். அவர் மிக எளிய ஆடை அணிந்திருந்ததால், யாராலும் அவரை அடையாளம் காண முடியவில்லை.

இதன் விளைவாக, பொதுமக்களுடைய பாரபட்சமற்ற அபிப்பிராயங்களை அவரால் செவிமடுக்க முடிந்தது. தன்னுடைய ராஜ்யத்தை ஒரு மகிழ்ச்சியான இடமாக ஆக்குவதற்காக அவர்

அவர்களுடைய உரையாடல்களையும் கண்ணோட்டங்களையும் பரிந்துரைகளையும்கூடக் கேட்க விரும்பினார்.

அவர் ஒரு காய்கறிக் கடைக்காரனைக் கடந்து சென்று கொண்டிருந்தபோது, அவன் தன்னுடைய வாடிக்கையாளர்களில் ஒருவருடன் அரசியலைப் பற்றிப் பேசிக் கொண்டிருந்ததை அவர் கவனித்தார். அவனைப் போன்ற கடைக்காரர்கள், வியாபாரம் தொடர்பான விஷயங்களை விடுத்து மற்ற விஷயங்களைத் தங்களுடைய வாடிக்கையாளர்களுடன் கலந்துரையாடியதன் மூலம் அவர்களோடு ஒரு தனிப்பட்ட நட்புறவை வளர்த்துக் கொண்டனர்.

அந்தக் கடைக்காரன் தன் வாடிக்கையாளரிடம், "தனநந்தன் போனதிலிருந்து வியாபாரம் ஓரளவுக்கு நன்றாகப் போய்க் கொண்டிருக்கிறது," என்று கூறினான்.

அதற்கு அந்த வாடிக்கையாளர், "உண்மைதான். சந்திரகுப்தர் ஒரு நியாயமான அரசர். ஓர் அரசர் என்ற முறையில் அவருடைய நியாயப் போக்கையும் அறிவையும் கண்டு நான் பிரமிக்கிறேன்," என்று பதிலளித்தார்.

"நீங்கள் சொல்வது சரிதான். வரிகள் குறைக்கப்பட்டுள்ளன. அரசாங்கக் குறுக்கீடும் இப்போது குறைந்துள்ளது. எனவே, எங்கள் வேலையை எங்களால் சுலபமாகவும் சுதந்திரமாகவும் செய்ய முடிகிறது. இது அற்புதமாக இருக்கிறது. இப்போது வியாபாரம் செய்வது எனக்கு மகிழ்ச்சியளிக்கிறது."

இவ்வாறு கூறிய அந்தக் கடைக்காரன், புன்னகைத்தபடியே தன் வாடிக்கையாளரை நோக்கிக் குனிந்து, "என்னுடைய லாபங்களும் அதிகரித்துள்ளன, தெரியுமா?" என்று கூறினான். பிறகு இருவரும் வாய்விட்டுச் சிரித்தனர்.

பிறகு அந்தக் கடைக்காரன், "இப்போது என்னுடைய லாபத்தை மீண்டும் என் வியாபாரத்தில் முதலீடு செய்து, என் வியாபாரத்தை என்னால் மேம்படுத்த முடியும். குறைவான வரி செலுத்துவது எவ்வளவு நிம்மதியளிக்கிறது தெரியுமா? அதுவும் சட்டப்பூர்வமாக அதை நம்மால் செய்ய முடிவது கூடுதல் நிம்மதியளிக்கிறது," என்று கூறினான்.

அவனுடைய வாடிக்கையாளர் நன்றாகக் கற்றறிந்த, விபரமறிந்த ஒரு நபர் என்பதைச் சாணக்கியர் கவனித்தார். அந்த வாடிக்கையாளர் அந்தக் கடைக்காரனைப் பார்த்து, "ஆனால், அரசாங்கத்தின் வரி வசூலிப்புகளும் உயர்ந்துள்ளது உங்களுக்குத் தெரியுமா? இந்த ஆண்டு 200% அதிகமான வரியை அவர்கள் வசூலித்துள்ளனர். அதுவும், வழக்கமாக ஆகும் நேரத்தில் அரைவாசி காலத்திற்குள்! இது 'உனக்கும் வெற்றி, எனக்கும் வெற்றி' என்ற ஒரு சூழ்நிலையாகும். வியாபாரத்தில் ஏற்படும் வளர்ச்சி, நாட்டின் வளர்ச்சிக்கு வழி வகுக்கிறது," என்று கூறினார்.

"நம் அரசரும் அவருடைய நல்ல கொள்கைகளும் நீடூழி வாழட்டும். இப்படிப்பட்ட ஒரு நபர்தான் அதிகாரத்தில் இருக்க வேண்டும்."

அதை அந்த வாடிக்கையாளர் ஆமோதித்தார். "ஆமாம், சந்திரகுப்த மௌரியர் நல்லவர்தான். ஆனால், நம் நாட்டில் அதிக அதிகாரம் படைத்தவராக இருப்பவர் வேறொரு நபர் . . ."

இதைக் கேட்டு அதிர்ச்சியடைந்த அந்தக் கடைக்காரன், "அரசரைவிட அதிக அதிகாரம் படைத்த இன்னொருவர் இருக்கிறாரா?" என்று கேட்டான்.

"ஆமாம். அரசர்களை உருவாக்குபவர் அவர். நம்முடைய அரசரின் ஆசிரியரான சாணக்கியர்தான் அவர்," என்று அந்த வாடிக்கையாளர் கூறினார்.

அவர்கள் இருவரும் தன்னை கவனித்துவிடாமல் இருக்கும்படி பார்த்துக் கொள்வதற்காக, ஒரு பெரிய காய்கறிக் குவியலுக்குப் பின்னால் சாணக்கியர் மறைந்து நின்று கொண்டார்.

"ஓர் ஆசிரியரால் எப்படி ஓர் அரசனைவிட அதிக அதிகாரம் கொண்டவராக இருக்க முடியும்?" என்று அந்தக் கடைக்காரன் சத்தமாகக் கேட்டான்.

அதற்கு அந்த அறிவார்ந்த வாடிக்கையாளர் இப்படி பதிலளித்தார்: "ஓர் அரசனை உருவாக்குகின்ற ஒருவர், அந்த அரசனைவிட அதிக சக்தி வாய்ந்தவர். சாணக்கியர் நம் அரசரின் ஆசிரியர். அவர்தான் சந்திரகுப்தரை அரியணையில் அமரச் செய்தார்."

இவ்வாறு கூறிவிட்டு அவர் அங்கிருந்து சென்றுவிட்டபோதிலும், அந்தக் கடைக்காரனின் மனத்தில் இப்போது ஏகப்பட்டச் சிந்தனைகள் ஓடத் துவங்கின. அதிகாரத்தைப் பற்றி அவனுக்கு அவ்வளவு புரிதல் இல்லை என்பதைச் சாணக்கியர் அறிந்திருந்தார். ஆனாலும், ஓர் ஆசிரியரின் முக்கியத்துவததை அவனுக்குப் புரிய வைக்க அவர் விரும்பினார். அவர் அவனிடம் ஒருசில காய்கறிகளை வாங்கிய பிறகு, அவனுடைய கடை முகவரியை அவனிடமிருந்து கேட்டுப் பெற்றுவிட்டு, அவர் அங்கிருந்து புறப்பட்டுச் சென்றார்.

மறுநாள், காய்கறிகளின் பெயர்களும் அளவுகளும் அடங்கிய ஒரு பெரிய பட்டியல் அரண்மனையிலிருந்து தனக்கு வந்ததைக் கண்டு அந்தக் கடைக்காரன் ஆச்சரியம் அடைந்தான். அது ஒரு மிகப் பெரிய ஆர்டராக இருந்தது. இதனால் உற்சாகமடைந்த அவன், தனிப்பட்ட முறையில் தானே அவற்றை அரண்மனைக்கு எடுத்துச் சென்றான். அவன் அவற்றைப் பட்டுவாடா செய்த பிறகு, அவனுக்காக யாரோ காத்துக் கொண்டிருந்ததாக அவனிடம் கூறப்பட்டது.

அரசவையை ஒட்டி அமைந்திருந்த ஒரு சிறிய அறைக்கு அவன் அழைத்துச் செல்லப்பட்டான். சாணக்கியர் அங்கிருந்ததைக் கண்டு அவன் ஆச்சரியமடைந்தான். அந்த அரண்மனையையும் அதன் பிரம்மாண்டத்தையும் இன்னும் ரசித்துக் கொண்டிருந்த அந்தக் கடைக்காரன், முந்தைய நாளன்று தன் கடைக்கு வந்திருந்த நபர் அங்கு இருந்ததைக் கண்டு அதிர்ச்சியடைந்தான்.

"நேற்று நான் உன்னிடமிருந்து வாங்கிய காய்கறிகள் எனக்குப் பிடித்துப் போயின. அவை புதிதாகவும் சரியான விலையிலும் இருந்தன. எனவே, உனக்கும் சிறிது வியாபாரம் ஆகட்டும் என்று நினைத்து, அரண்மனைக்கான காய்கறிகளை உன்னிடமிருந்து வாங்கும்படி எங்களுடைய கொள்முதல் துறைத் தலைவருக்கு நான் கட்டளையிட்டேன்."

"கட்டளையிட்டாரா . . .?" என்று நினைத்த அந்தக் கடைக்காரன், "அரசரின் ஊழியர்களுக்குக் கட்டளையிடக்கூடிய இந்தச் சாமானியர் யாராக இருக்கக்கூடும்?" என்று யோசித்தான்.

அவனுடைய மனத்தில் ஓடிக் கொண்டிருந்த கேள்வியைப் புரிந்து கொண்டவர்போல, சாணக்கியர் அவனிடம், "அரசனுக்கும் என்னால் கட்டளைகளைப் பிறப்பிக்க முடியும்," என்று கூறினார்.

"அரசர் உங்கள் கட்டளைகளுக்கு அடிபணிந்து நடக்கிறாரா?" என்று அவன் வியப்போடு கேட்டான்.

"ஆமாம். ஏனெனில், அவனுடைய நலனும் இந்த நாட்டின் நலனும்தான் என் இதயத்தில் மேலோங்கி இருக்கின்றன என்பதை அவன் அறிவான்," என்று சாணக்கியர் பதிலளித்தார். உண்மையான அதிகாரம் என்றால் எப்படி இருக்கும் என்பதைத் தன் வாழ்வில் முதன்முறையாக அந்தக் கடைக்காரன் பார்த்தான்.

"ஆனால் நீங்கள் யார்?" என்று அவன் கேட்டேன்.

"நான் சாணக்கியன். அரசனின் ஆசிரியர் நான்," என்று சாணக்கியர் பதிலளித்தார்.

இதைக் கேட்டு ஆச்சரியமடைந்த அவன், சிறிது நேரம் எதுவும் பேசவில்லை. பிறகு, "ஓர் ஆசிரியர் என்பவர் சாதாரணமானவர் அல்லவா?" என்று அவன் கேட்டான்.

சாணக்கியர் இதைக் கேட்டுப் புன்னகைத்தர். "ஓர் ஆசிரியர் என்பவர் சாதாரணமானவர் அல்ல. ஏனெனில், சாதாரணமானவர்களை அசாதாரணமானவர்களாக அவரால் ஆக்க முடியும்," என்று அவர் கூறினார்.

உள்நோக்குகள்

- மக்களை அவர்களுக்குப் பரிச்சயமான சூழல்களில் கண்காணிப்பதன் மூலமும், அவர்களுடைய அபிப்பிராயங்களைச் செவிமடுப்பதன் மூலமும் ஒருவரால் ஏராளமான விஷயங்களைக் கற்றுக் கொள்ள முடியும்.

- தங்களுடைய மாணவர்களை மாற்றுவதற்கான திறன் ஆசிரியர்களுக்கு இருக்கிறது. தன்னுடைய அறிவின் சக்தியைத் தன் மாணவனுக்குக் கொடுத்து, அவனை சக்திவாய்ந்தவனாக ஆக்க ஓர் ஆசிரியரால் முடியும்.

- அதிகாரம் என்பது ஒருவன் வகிக்கும் பதவியில் இல்லை. அதிகாரத்தை உள்ளடக்கிய ஒரு பதவிக்கு உங்களை உயர்த்துகின்ற ஒருவன்தான் உண்மையிலேயே அதிகாரம் படைத்தவன் ஆவான்.

அத்தியாயம் 10

தனநந்தனின் தண்டனை

ஆச்சாரியார் நீதி

அதிகாரம் கைமாறும்போது, ஓர் அரசன்கூட ஓர் ஆண்டியாக ஆகக்கூடும். அதேபோல, அதிர்ஷ்டம் தன் பக்கம் இருந்தால், ஒரு வேலைக்காரனால்கூட ஒரு முதலாளியாக ஆக முடியும்.

அதிகாரம் படைத்த ஒருவனால் பல அற்புதங்களை நிகழ்த்த முடியும். ஒட்டுமொத்த உலகமும் அவனுடைய கட்டுப்பாட்டின்கீழ் இருக்கும்போது, அவனால் அந்த அதிகாரத்தை நல்ல விஷயங்களுக்கும் பயன்படுத்த முடியும், அல்லது தவறாகவும் பயன்படுத்த முடியும். அவன் எதைத் தேர்ந்தெடுக்கிறான் என்பதுதான் அவன் உண்மையிலேயே எப்படிப்பட்டவன் என்பதை வரையறுக்கிறது.

ஆச்சாரியார் கதை

அதிகாரம் இப்போது சாணக்கியர் மற்றும் சந்திரகுப்தனின் கைகளுக்கு மாறியிருந்தது. சந்திரகுப்தன் அரசனாக ஆனவுடன், அவன் இட்டக் கட்டளைகள்மீது சாணக்கியரால் தாக்கம் விளைவிக்க முடிந்தது. தனநந்தனை அரசவைக்கு வரவழைக்கும்படி சாணக்கியர் சந்திரகுப்தனிடம் கூறினார்.

முன்னாள் அரசனான தனநந்தன்மீது சாணக்கியருக்கு இருந்த கடுங்கோபத்தைப் பற்றி எல்லோருமே அறிந்திருந்தனர். ஓர் எதிரியைத் தாக்குவதென்று அவர் தீர்மானித்துவிட்டால், அவனால் இனிமேல் திரும்பி வர இயலாதபடி அவர் அவனை முற்றிலுமாக அழித்துவிடுவார் என்பதையும் அவர்கள் அறிந்திருந்தனர். சாணக்கியரின் முன்னிலையில் தனநந்தன வரவழைக்கப்பட்டிருந்தது, தனநந்தனுக்கு உடனடியான மரணம் நிகழவிருந்ததற்கான ஓர் அறிகுறியாக மக்கள் பார்த்தனர்.

மகத ராஜ்யத்தின் மன்னன் என்ற முறையில் தனநந்தனின் தார்மீகக் கடமையை அவனுக்குப் புரிய வைப்பதற்குச் சாணக்கியர் முயற்சி செய்திருந்தார். ஆனால், அவன் தன்னுடைய அமைச்சர்களின் அறிவுரைகளை உதாசீனப்படுத்திவிட்டு, தன்னுடைய குடிமக்கள் குறித்தத் தன்னுடைய பொறுப்புகளை நிறைவேற்றவும் அவன் தவறியிருந்தான்.

சாணக்கியரின் தந்தையான சாணகர், தனநந்தனின் அரசவையில் ஓர் அமைச்சராக இருந்திருந்தார். ஒளிவுமறைவின்றிப் பேசுபவராக இருந்த அவர், தனநந்தனை வெளிப்படையாக விமர்சித்தார். இதனால் தனநந்தன் அவருக்கு மரண தண்டனை விதித்தான். அப்போது ஒரு சிறுவனாக இருந்த சாணக்கியர், தன்னுடைய கதாநாயகனாக இருந்த தன்னுடைய தந்தையின் இழப்பைத் தாங்கிக் கொள்ள வேண்டியிருந்தது. தன் உயிரைக் காப்பாற்றிக் கொள்ள அவர் மகத ராஜ்யத்திலிருந்து ஓடிப் போக வேண்டியதாயிற்று. பின்னாளில் அவர் தட்சசீலப் பல்கலைக்கழகத்தில் படித்து, அங்கேயே ஓர் ஆசிரியராக ஆன பிறகு, பல ஆண்டுகள் கழித்து மகத ராஜ்யத்திற்கு அவர் திரும்பி வந்தார். ஆனால் இத்தனை ஆண்டுகளில் பெரிதாக எந்த மாற்றமும் ஏற்பட்டிராததை அவர் கண்டார்.

தனநந்தனுக்கு அறிவை போதிப்பதற்கு அவர் தன்னால் இயன்ற அளவு சிறப்பாக முயற்சி செய்தார், ஆனால் அவருடைய முயற்சி வீணாகியது. அலெக்சாண்டர் இந்தியாவை முற்றுகையிட்டபோது, அவனை எதிர்த்துச் சண்டையிடுவதற்கு தனநந்தனின் ஆதரவைச் சாணக்கியர் கேட்டிருந்தார். ஆனால் தனநந்தன் ஆதரவளிக்க மறுத்ததோடு, சாணக்கியரை எள்ளி நகையாடவும் செய்தான்.

இப்போது அதிகாரம் கை மாறியிருந்தது. முன்பொரு காலத்தில் சக்திவாய்ந்த அரசனாக இருந்த ஒருவன், இப்போது ஒரு சாதாரண ஆசிரியரின் தயவில் இருந்தான்.

சந்திரகுப்தனின் அரசவைக்குத் தான் அழைக்கப்பட்டிருந்தது குறித்து தனநந்தன் மிகவும் பயந்தான். தனக்கு ஒரு விரைவான மரணம் நிகழ வேண்டும் என்று மட்டுமே அவனால் பிரார்த்தனை செய்ய முடிந்தது. சந்திரகுப்தனின் காவலாளிகள் தனநந்தனை அரசவைக்கு இழுத்து வந்தபோது, அவனுடைய கண்களில் கடுமையான பயம் மின்னியது. சாணக்கியரின் முகம், அவர் ஏதோ யோசனையில் ஆழ்ந்திருந்ததை வெளிப்படுத்தியது.

வீழ்த்தப்பட்டிருந்த அரசனான தனநந்தனைப் பார்த்து, "என் அன்புக்குரிய மகத ராஜ்யத்து மன்னனே . . ." என்று அழைத்தச் சாணக்கியர், ஒரு பரிகாசக் குரலில், "உனக்குக் கடைசி ஆசை ஏதேனும் இருக்கிறதா?" என்று கேட்டார்.

அவருடைய ஆழமான குரல் அந்த அரசவை நெடுகிலும் அதிர்ந்தது. தனநந்தன் அரசனாக இருந்த காலத்தில், மக்களுக்கு மரண தண்டனை விதிப்பதற்கு முன்பாக அவன் இதே வார்த்தைகளைத்தான் எகத்தாளமாகப் பயன்படுத்தியிருந்தான். ஆனால் இப்போது, மௌனம் மட்டுமே அவனுடைய ஒரே பதிலாக இருந்தது.

எல்லோருடைய பார்வையும் சாணக்கியர்மீது பதிந்திருந்தது. எல்லோரும் மூச்சுவிட மறந்து நின்று கொண்டிருந்தனர்.

தங்களுடைய படைத்தளபதியின் கண்களை உற்று நோக்கிய சாணக்கியர், "தனநந்தன் காட்டிற்கு அனுப்பி வைக்கப்பட வேண்டும் என்று நான் கட்டளையிடுகிறேன். அவன் அங்கு ஒரு தவ வாழ்க்கையை வாழ வேண்டும். அவனை யாரும் காயப்படுத்தக்கூடாது. அவன் இங்கிருந்து புறப்பட்டுச் செல்லும்போது, மிகுந்த மரியாதையோடு அவன் நடத்தப்பட வேண்டும்," என்று முழங்கினார்.

இந்த அறிவிப்பைக் கேட்டு எல்லோரும் திகைத்தனர். தனநந்தனுக்கு மரண தண்டனை கொடுக்கப்படவில்லை என்பதை அவர்களால் நம்ப முடியவில்லை.

ஆனால் யாரும் இது குறித்துக் கேள்வி எழுப்பவில்லை. ஆனாலும் சாணக்கியர் அதற்கு பதிலளித்தார். "என்ன இருந்தாலும், தனநந்தன் ஓர் அரசனாக இருந்தவன். பல அறிவார்ந்த அமைச்சர்கள் எவ்வளவோ எடுத்துக்கூறியும் அவன் தன் கடமையைச் செய்யத் தவறிவிட்டான். இப்போது அவன் தோற்கடிக்கப்பட்டிருக்கிறான். ஆனால், என்ன இருந்தாலும் . . ."

அடுத்து அவருடைய வாயிலிருந்து வந்த வார்த்தைகள் ஆழமானவையாக இருந்தன.

"ஓர் அரசன் எப்போதும் ஓர் அரசனாகவே நடத்தப்பட வேண்டும் . . . இதுதான் ராஜ தர்மம்."

சாணக்கியர் தனக்கு உயிர்ப்பிச்சை அளித்திருந்ததைக் கண்ட தனநந்தன் பெருமகிழ்ச்சி கொண்டான். முன்பு தன் கட்டளைகளுக்குக் கீழ்ப்படிந்து நடந்திருந்த அமைச்சர்கள் மற்றும் படைவீரர்களின் பார்வை தன்மீது பதிந்திருந்ததை அவன் கண்டான். அவர்கள் எல்லோரிடமிருந்தும் தப்பி ஓடிவிட வேண்டும் என்பது மட்டுமே இப்போது அவனுடைய ஒரே விருப்பமாக இருந்தது.

அவன் அந்த அவையிலிருந்து அழைத்துச் செல்லப்பட்டப் பிறகு, அங்கிருந்த மூத்த அமைச்சர் ஒருவர் சாணக்கியரைப் பார்த்து, "காட்டில் அவர் தியானம் செய்தபடி ஒரு தவ வாழ்க்கையை வாழ்வார் என்று நீங்கள் உறுதியாக நம்புகிறீர்களா? அவரை எப்படி உங்களால் நம்ப முடியும்? அவர் உங்களைத் தாக்கக்கூடத் திட்டமிடக்கூடும!" என்று கூறினார்.

ஆனால் சாணக்கியர் ஒரு புன்னகையுடன், "நான் அவனை முற்றிலுமாக நம்புவதாக நீங்கள் நினைக்கிறீர்களா?" என்று கேட்டார். பிறகு, "நான் அவனுக்கு எந்த பாதிப்பும் இல்லாமல் அவனை விடுவித்திருக்கிறேன் என்றாலும், எல்லா நேரங்களிலும் அவனைக் கண்காணிப்பதற்கு இரண்டு ஒற்றர்களை நான் நியமித்திருக்கிறேன். அது அவனுக்குத் தெரியாது. அவன் என்னைவிட அதிக சாமர்த்தியமாக நடந்து கொள்ள முயற்சித்தால், மரணம் அவனுக்காகக் காத்துக் கொண்டிருக்கும்," என்று அவர் கூறினார்.

இறுதியாக, அவர் அந்த அவையினரைப் பார்த்து, "அதிகாரமற்ற ஒருவன்மீது உங்கள் அதிகாரத்தைப் பயன்படுத்துவதில் என்ன பயன் இருக்கிறது? நீங்கள் அவ்வாறு செய்தால், உங்களுடைய அந்த அதிகாரத்தை நீங்கள் இழிவுபடுத்துவதுபோல ஆகிவிடும்," என்று கூறினார்.

உள்நோக்குகள்

♦ ஒருவர் தனிப்பட்ட முறையில் உங்களுக்குத் தீங்கு விளைவித்திருந்தாலும், அவரை எடைபோடுவதற்கு முன்பாக, பாரபட்சமின்றி நடுநிலையாக நிலைமையை ஆய்வு செய்யுங்கள். அறிவார்ந்தவர்கள் இதைத்தான் செய்வர். தனநந்தன் ஏராளமான கொடுமைகளைச் செய்திருந்தாலும், சாணக்கியரால் அவனைப் பாரபட்சமின்றிப் பார்க்க முடிந்தது.

♦ உண்மையிலேயே அதிகாரம் படைத்த மக்கள், அந்த அதிகாரத்தின் பிரயோகத்தால் அல்லது துஷ்பிரயோகத்தால் ஏற்படக்கூடிய பின்விளைவுகளையும் தாக்கங்களையும் புரிந்து கொண்டுள்ளனர். தர்மத்தை நிலைநாட்டுவதற்காகத் தங்களுடைய தனிப்பட்டப் பாரபட்சத்தை விட்டுத்தள்ளுவது எப்படி என்பதை அவர்கள் அறிந்துள்ளனர்.

♦ அதிகாரத்தில் உள்ள ஓர் ஆசிரியரால் விஷயங்களை வித்தியாசமாகப் பார்க்க முடியும். தன்னுடைய தீர்மானம் தனநந்தன்மீதும் அனைத்து மக்கள்மீதும் ஏற்படுத்தக்கூடிய தாக்கத்தைச் சாணக்கியரால் பார்க்க முடிந்தது.

பகுதி 1: முதல் பத்துக் கதைகள்

சாணக்கியர் எனும் ஆசிரியர்

பகுதி 2: அடுத்தப் பத்துக் கதைகள்

சாணக்கியர் எனும் வாழ்க்கை வழிகாட்டி

கல்வியுரிமை
காதலும் போரும்
மனத்திற்கான விளையாட்டுகள்
இரண்டு விளக்குகள்
வாழ்வின் நோக்கம்
சாணக்கியரின் கச்சிதமான அரசன்
நாடும் ராஜ்யமும்
உங்கள் அகங்காரத்தை ஒதுக்கி வையுங்கள்
ஓர் அரசனின் மனப்போக்கு
இசையின் முக்கியத்துவம்

பகுதி 3: கடைசிப் பத்துக் கதைகள்

சாணக்கியரின் மகத்துவம்

அத்தியாயம் 1

கல்வியுரிமை

ஆச்சாரியார் நீதி

ஒரு சமுதாயத்தின் வளர்ச்சி அதன் கல்வி அமைப்புமுறையையும் கொள்கையையும் சார்ந்துள்ளது. அவற்றால்தான் எதிர்காலத் தலைமுறையினரைச் செதுக்க முடியும். எனவே, ஒரு சமுதாயத்தின் வளர்ச்சியானது, தங்களையும் தங்களுடைய குழந்தைகளையும் கல்வியறிவு படைத்தவர்களாக ஆக்கிக் கொள்வதில் நம்பிக்கை கொண்டுள்ள தனிநபர்களையும் அவர்களுடைய குடும்பங்களையும்கூடச் சார்ந்துள்ளது.

உலகின் மாபெரும் ஆசிரியர்களில் ஒருவரான சாணக்கியர், தன்னுடைய காலகட்டத்தில் கல்வியின் பல நியமங்களை உடைத்தெறிந்திருந்தார். அவர் தன் மாணவர்களுக்காகப் பல்வேறு தலைமைத்துவப் பயிற்சி வகுப்புகளையும் வடிவமைத்தார். சமுதாயத்தின் அனைத்து வகுப்பினருக்கும் கல்வியுரிமை கிடைத்ததை அவர் உறுதி செய்தார்.

இதற்கான ஒரு பிரபலமான எடுத்துக்காட்டு, சந்திரகுப்த மௌரியன். அவன் சமுதாயத்தின் ஒரு தாழ்ந்த வகுப்பைச் சேர்ந்தவனாக இருந்தபோதிலும், ஓர் அரசனாக ஆவதற்குப் போதுமான கல்வி அவனுக்குக் கிடைத்தது.

ஆச்சாரியார் கதை

தனநந்தன் காட்டிற்கு விரட்டப்பட்டப் பிறகு, சாணக்கியர் அடுத்த நபரை வரவழைத்தார்.

"சந்திரகுப்தனின் மாமாவை என்னிடம் கூட்டி வாருங்கள்," என்று அவர் கட்டளையிட்டார்.

சந்திரகுப்தன் தன்னுடைய குடும்பத்தைவிட்டு வந்து வெகுகாலம் ஆகியிருந்தது. தன் தாயின் சகோதரரான தன்னுடைய மாமாவை அழைத்து வரும்படி சாணக்கியர் கூறியதைக் கேட்டவுடன் சந்திரகுப்தன் அகமகிழ்ந்தான். அவனுடைய உணர்வைப் புரிந்து கொண்ட சாணக்கியர், இன்னுமொரு கட்டளையைப் பிறப்பித்தார்.

"சந்திரகுப்தனின் தாயாரையும் அழைத்து வாருங்கள்."

தான் விரைவில் தன்னுடைய தாயாரைப் பார்க்கவிருந்தோம் என்பதை உணர்ந்து கொண்ட சந்திரகுப்தன், அளவிலா மகிழ்ச்சி

அடைந்தான். தங்கள் வீட்டுக் குழந்தை பாரதவர்ஷத்தின் சக்கரவர்த்தியாக ஆகியிருந்ததைப் பார்த்து அவர்களும் பெரிதும் மகிழ்வார்கள் என்று அவன் உறுதியாக நம்பினான்.

சந்திரகுப்தனின் தாயும் மாமாவும் அவனுடைய அரசவைக்கு வந்தபோது, வயதான தன்னுடைய தாயார் தன் மாமாவுடன் உள்ளே நடந்து வந்து கொண்டிருந்ததைக் கண்ட சந்திரகுப்தனால் தன்னுடைய உணர்ச்சிகளைக் கட்டுப்படுத்திக் கொள்ள முடியவில்லை. அவன் ஓடிச் சென்று அவர்களை வரவேற்றுவிட்டுத் தன் தாயின் திருவடிகளில் விழுந்து வணங்கினான்.

பல்லாண்டுகாலப் பிரிவுக்குப் பிறகு தன் மகனைக் காணுகின்ற தாயின் மகிழ்ச்சியை எப்படி அளவிட முடியும்? தாயும் மகனும் ஆனந்தக் கண்ணீர் வடித்தபடியே ஒருவரையொருவர் தழுவிக் கொண்டனர். தன் மகன் ஒரு வசீகரமான இளைஞனாக வளர்ந்திருந்ததைக் கண்டு அவர் பூரிப்படைந்தார். அவன் ஓர் அரசனாக ஆகியிருந்தது அவருக்கு இரட்டிப்பு மகிழ்ச்சியைக் கொடுத்தது. ஒருசில தனித்துவமான அன்னையருக்கே இந்த ஆசீர்வாதம் கிடைக்கிறது.

சந்திரகுப்தனின் தாயின் மனத்தில் ஏகப்பட்ட எண்ணங்கள் ஓடின: "குருகுலத்தில் உன்னை நன்றாகப் பார்த்துக் கொண்டார்கள் என்று நான் நம்புகிறேன் . . . உனக்குச் சரியான சாப்பாடு கொடுத்திருப்பார்கள் என்று நான் நினைக்கிறேன் . . . உனக்கு எந்தத் தீங்கும் நேரவில்லை என்று நான் நம்புகிறேன் . . ." தான் இருந்தது அரசவை என்பதை அவர் அறிந்திருந்ததால், அவர் இவற்றைப் பற்றி ஒரு வார்த்தைகூடப் பேசவில்லை.

இந்த உணர்ச்சிகள் எல்லாம் அடங்கிய பிறகு, சந்திரகுப்தன் தன் மாமாவிடம் திரும்பி, அவருடைய பாதங்களைப் பணிந்து வணங்கினான். இதற்கிடையே, சாணக்கியர் அவனுடைய தாயிடம் பேசினார்.

"அம்மா, உங்களுடைய அறிவார்ந்த மகனான சந்திரகுப்தனை எனக்குக் கொடுத்ததற்கு மிக்க நன்றி," என்று கூறிய அவர், லேசான பெருமிதத்துடன், "உங்கள் மகனுக்கு நீங்கள் ஆற்றியிருந்த பங்களிப்பு மட்டும் இல்லாமல் போயிருந்தால், இந்நாட்டைக் குறித்து நான் கொண்டிருந்த கனவுகளை என்னால் ஒருபோதும் சாதித்திருக்க முடியாது. உங்கள் மகன் ஓர் அருமையான மாணவன். அவன் என்னுடைய அனைத்து எதிர்பார்ப்புகளையும் நிறைவேற்றியுள்ளான். நீங்கள் என்மீது கொண்டிருந்த நம்பிக்கைதான், நான் அவனுக்குப் பயிற்சியளித்து, கல்வி கற்பித்து, அவனை இப்படிப்பட்ட ஒருவனாக ஆக்குவதற்கு எனக்கு உதவியது," என்று கூறினார்.

ஆனால், சாணக்கியருக்கு நன்றி கூறுவதற்குச் சந்திரகுப்தனின் தாயாரிடம் இன்னும் பல காரணங்கள் இருந்தன. "ஆச்சாரியார்

அவர்களே, நீங்கள் என் மகனின் திறமையை உணர்ந்து கொண்டு அவனுக்குக் கல்வி போதித்ததால்தான், இன்று இந்த உயர்ந்த பதவியை அவனால் அடைய முடிந்திருக்கிறது. ஒரு வைரத்தை அடையாளம் கண்டுகொண்டு, அதற்குப் பட்டை தீட்டி, அதன் பிரகாசத்தை வெளியே கொண்டுவருவது ஒரு பொற்கொல்லனால் மட்டுமே முடியும்."

இந்த உரையாடலின்போது, சந்திரகுப்தனின் மாமா, அருகிலிருந்த ஒரு நாற்காலியை நோக்கி நடந்து சென்று அதில் உட்காரவிருந்த நேரத்தில், சாணக்கியர் குறுக்கிட்டு, "நீ உட்காருவதற்கு உனக்கு அனுமதி வழங்கப்படவில்லை!" என்று உறுமினார்.

இதைக் கேட்டு எல்லோரும் அதிர்ச்சி அடைந்தனர். அவர்கள் அந்த அதிர்ச்சியிலிருந்து மீள்வதற்கு முன்பாக, சாணக்கியர் மீண்டும் இடிபோல முழங்கினார். தான் கூறியது சந்திரகுப்தனின் மாமாவுக்குப் புரிவதை அவர் உறுதி செய்தார்.

"இங்கே உட்கார உனக்கு அனுமதி இல்லை!"

அதற்குப் பிறகு சாணக்கியர் கூறிய வார்த்தைகள் எல்லோருக்கும் மிகப் பெரிய அதிர்ச்சியை ஏற்படுத்தியது. அவர் அங்கிருந்த காவலாளிகளைப் பார்த்து, "இவனை உடனடியாகத் தூக்குமேடைக்குக் கொண்டு செல்லுங்கள். இவனுடைய மரண வேதனை இந்நாட்டின் குடிமக்கள் எல்லோருக்கும் தெரியும் விதத்தில் இவனுடைய மரணம் பயங்கரமானதாக இருக்க வேண்டும்," என்று கட்டளையிட்டார்.

சாணக்கியருக்குப் பைத்தியம் பிடித்துவிட்டதோ என்று எல்லோரும் நினைத்தனர். அவருக்கு என்ன நேர்ந்தது? ஒரு புறம், தன்னை அவமதித்த தனநந்தனை அவர் உயிரோடு விட்டுவிட்டார். இன்னொரு புறம், அரசனின் சொந்த மாமாவைக் கொல்ல அவர் உத்தரவிட்டுக் கொண்டிருந்தார்.

"ஆச்சாரியார் அவர்களே, அவர் என்னுடைய மாமா. அவன் என்ன குற்றம் செய்தார்? அவர் ஏதேனும் தவறு செய்திருந்தால், தயவு செய்து அவரை மன்னித்துவிடுங்கள். அவர் என் தாயின் சொந்தச் சகோதரர்," என்று சந்திரகுப்தன் அவரிடம் மன்றாடினான்.

"இவனை மன்னிப்பதா? ஒருபோதும் முடியாது!" என்று கூறிய சாணக்கியர், தன்னுடைய தீர்மானத்தில் பிடிவாதமாக இருந்தார். அவர் தன் தீர்மானத்தை மாற்றும்படி செய்ய யாராலும் முடியவில்லை.

"ஆச்சாரியார் அவர்களே, என் மாமாவுக்கு நீங்கள் ஏன் இந்த தண்டனையைக் கொடுத்துக் கொண்டிருக்கிறீர்கள் என்பதையாவது என்னிடம் கூறுங்கள்," என்று சந்திரகுப்தன் கெஞ்சினான்.

சாணக்கியர் தன்னைச் சற்று அமைதிப்படுத்திக் கொண்டு, "ஒரு குழந்தைக்கு அவனுடைய கல்வியுரிமையை மறுத்ததுதான் இவன் செய்த குற்றம். என்னைப் பொருத்தவரை, இதைவிடப் பெரிய பாவம் வேறு எதுவும் இல்லை," என்று கூறினார்.

சாணக்கியர் கூறியதன் அர்த்தத்தைப் புரிந்து கொண்ட ஒரே நபர் சந்திரகுப்தனின் தாயார் மட்டுமே.

அப்போது சாணக்கியர் இவ்வாறு நினைவுகூர்ந்தார்: "சந்திரகுப்தா, நீ அப்போது மிகவும் சிறியவன். உனக்கு இவ்விஷயம் தெரிந்திருக்காது. உன்னை அரசனாக ஆக்குவதற்கு உனக்குப் பயிற்சியளிக்க நான் உன்னைத் தேர்ந்தெடுத்தபோது, உன் தாயார் எனக்கு ஆதரவு கொடுத்தார். ஆனால் அவர் உன் மாமாவின் அனுமதியைப் பெற வேண்டியிருந்தது. ஆனால் இவன் . . ."

மீண்டும் சாணக்கியரின் முகத்தில் கோபம் கொப்பளித்தது. ". . . இவன் உன் தாயின் கோரிக்கையை நிராகரித்துவிட்டான். இவன் அன்று என்னிடம், 'நீ என் மருமகனை இங்கிருந்து கூட்டிச் சென்றால், அது எனக்குப் பொருளாதாரரீதியான இழப்பை ஏற்படுத்தும். இவனை நீ என்ன வேண்டுமானாலும் செய்து கொள், ஆனால் முதலில் எனக்கு ஒரு கணிசமான தொகையைக் கொடுத்துவிட்டு, பிறகு இவனை உன் விருப்பம்போலப் பயன்படுத்திக் கொள்,' என்று கூறினான்."

பொதுவாக ஒருபோதும் தன் உணர்ச்சிகளை வெளிக்காட்டிக் கொள்ளாத சாணக்கியர் அப்போது கடுஞ் சினம் கொண்டார். "சந்திரகுப்தா, உன்னை விலை கொடுத்து வாங்குவதற்குத் தேவையான பணத்தைத் திரட்டுவதற்கு நான் என்னுடைய பல்கலைக்கழகக் குறிப்புகளையும் என்னுடைய புத்தகங்களையும் விற்க வேண்டியதாயிற்று. ஓர் ஆசிரியர் என்ற முறையில், என் கல்வி மட்டுமே என்னுடைய ஒரே சொத்தாக இருந்தது. உன்னுடைய அறிவை வாங்குவதற்கு நான் என்னுடைய அறிவை விற்க வேண்டியதாயிற்று."

தான் கொடுத்திருந்த இந்தத் தண்டனை, அரசவையில் கூடியிருந்த அனைவருக்கும் ஒரு செய்தியைத் தெரிவிப்பதாக இருக்க வேண்டும் என்று விரும்பிய சாணக்கியர், "ஒவ்வொரு குழந்தைக்கும் முழுமையான மற்றும் இலவசமான கல்வி வழங்கப்பட வேண்டும் என்பதை எல்லோரும் தெரிந்து கொள்ளுங்கள். இதை தடுக்கின்றவன் நம்முடைய மிகப் பெரிய எதிரியாக ஆவான். அவனை நான் ஒருபோதும் உயிரோடு விட்டுவைக்க மாட்டேன்," என்று கூறினார்.

பிறகு, அவர் சந்திரகுப்தனின் கண்களை நேருக்கு நேர் பார்த்து, "அவன் இந்நாட்டு அரசனின் மாமனாக இருந்தாலும்கூட!" என்று கூறி முடித்தார்.

உள்நோக்குகள்

* கல்வியுரிமைதான் உச்சகட்ட முக்கியத்துவம் வாய்ந்ததாகும். கல்விக்கான சம வாய்ப்பு எல்லோருக்கும் கிடைக்காவிட்டால், சமுதாயம் எந்த வகையான அச்சுறுத்தலை எதிர்கொள்ளும் என்பதைச் சாணக்கியர் நன்றாக அறிந்திருந்தார்.

* ஒரு தண்டனை என்பது ஒரு தனிநபருக்கான தண்டனை மட்டும் அல்ல. எது சகித்துக் கொள்ளப்படும், எது சகித்துக் கொள்ளப்பட மாட்டாது என்பதைப் பற்றி எல்லோருக்கும் விடுக்கப்படும் ஒரு செய்தி அது.

* உணர்ச்சிகள் நியாயத்தீர்ப்பின்மீது தாக்கம் ஏற்படுத்த ஒருபோதும் அனுமதிக்கப்படக்கூடாது. நியாயத்தீர்ப்பு என்பது ஒரு தெளிவான, பகுத்தறிவுரீதியான ஆய்வின் அடிப்படையில் அமைந்திருக்க வேண்டும். இதன் வாயிலாக ஒரு தீர்ப்பு எட்டப்பட்டவுடன், நிபந்தனை ஏதுமின்றி அது நிறைவேற்றப்பட்டாக வேண்டும்.

அத்தியாயம் 2

காதலும் போரும்

ஆச்சாரியார் நீதி

நிகழ்ந்துள்ள போர்கள், அவை மேற்கொள்ளப்பட்ட விதம், அந்தப் போர்களின்போது நிகழ்ந்தவற்றைப் பற்றிய கதைகள் ஆகியவற்றால் மனித வரலாறு நிரம்பி வழிகிறது.

ஒரு போரின் முடிவு இன்னொரு போருக்கான துவக்கம் என்றும், அச்சுழற்சி ஒருபோதும் முற்றுப் பெறுவதே இல்லை என்றும் அடிக்கடிக் கூறப்படுகிறது. ஆனால், உத்திகளை வகுப்பதில் கைதேர்ந்தவராக இருந்த சாணக்கியர், போர்களுக்கு முற்றுப்புள்ளி வைப்பதற்குப் பெயர் பெற்றவராக இருந்தார்.

ஆச்சாரியார் கதை

ஒரு போரை முடிவுக்குக் கொண்டுவருவதற்கான சுலபமான வழி, 'சேர்ந்து உணவருந்துவது' என்று சாணக்கியர் பரிந்துரைத்தார். அந்த வழிதான் முதல் வழியாகவும் இருக்க வேண்டும். உணவு என்பது ஓர் அடிப்படை மனிதத் தேவை. வெவ்வேறு கலாச்சாரங்கள் வெவ்வேறு உணவுப் பழக்கங்களைக் கொண்டிருக்கின்றன. உங்கள் வீட்டிற்கு வந்து உங்களோடு உணவருந்துவதற்கு இன்னொருவரை நீங்கள் அழைப்பதோ, அல்லது தன் வீட்டிற்கு வந்து உணவருந்தும்படி இன்னொருவர் உங்களை அழைப்பதோ ஒரு விதமான மரியாதையாகக் கருதப்படுகிறது. உணவின்போது கலந்துரையாடும்போது, அச்சூழல் ஆசுவாசமளிப்பதாகவும் சௌகரியமானதாகவும் இருக்கிறது. உணவின் வாசனை, பல்வேறு உணவுப் பதார்த்தங்கள், அவை பரிமாறப்படுகின்ற விதம் ஆகிய அனைத்தும் ஒருவருடைய மனநிலையில் ஒரு பெரிய வித்தியாசத்தை ஏற்படுத்துகின்றன. பெரும்பாலான சமயங்களில், வியாபாரப் பரிவர்த்தனைகள், உடன்படிக்கைகள், ஒப்பந்தங்கள் ஆகியவை கையெழுத்திடப்படுகின்ற நிகழ்ச்சிகளில் உணவு ஒரு முக்கிய அம்சமாக இருக்கும். ஏனெனில், உணவு ஒருவருடைய மனநிலையை மேம்படுத்துகிறது.

சாணக்கியரின் இரண்டாவது உத்தி, 'கலப்புத் திருமணம்'. அவர் இந்த உத்தியைச் சந்திரகுப்தனின் விஷயத்தில் செயல்படுத்தினார். சந்திரகுப்தன் அரசனாக ஆக்கப்பட்டது,

ஒரு நோக்கத்தை அடைவதற்கான ஒரு வழியாக இருந்ததாகப் பெரும்பாலான வரலாற்றியலாளர்கள் கூறுகின்றனர்.

அலெக்சாண்டரின் படை தன் நாட்டிற்குத் திரும்பிச் சென்று கொண்டிருந்தபோது தோற்கடிக்கப்பட்டது. ஆனால், அதிகத் திறன் வாய்ந்த அவனுடைய தளபதிகள் சிலர், அவன் ஏற்கனவே வெற்றி கொண்டிருந்த பகுதிகளை நிர்வகிப்பதற்காக விட்டுச் செல்லப்பட்டிருந்தனர். அவர்களில் ஒருவன்தான் மாவீரன் செலுகஸ். அவனுடைய முகாமைச் சேர்ந்த படைவீரர்கள் தங்கள் அரசனின் மரணத்தால் உற்சாகமிழந்து போயிருந்தபோதிலும், செலுகஸ் அவர்களுக்கு ஒரு சிறந்த தலைவனாகத் திகழ்ந்தான். அலெக்சாண்டரின் கனவை நிறைவேற்றி இந்தியாவை வெற்றி கொள்வதற்கான பேராற்றல் அவனிடம் இருந்தது. அதோடு, ஒரு மாபெரும் படையும் அவனுடைய கட்டுப்பாட்டின்கீழ் இருந்தது.

சாணக்கியர் இதைப் பற்றி நன்றாக அறிந்திருந்தார். செலுகஸுக்கு ஒரு வாய்ப்புக் கொடுக்கப்பட்டால், அவன் இந்நாட்டை முற்றிலுமாக அழித்துவிடுவான் என்பதை அவர் அறிந்திருந்தார். எனவே, அவர் ஒரு திட்டம் தீட்டினார். சந்திரகுப்தனிடம் அதை வெளிப்படுத்துவதற்கான நேரமும் வந்திருந்தது. அவர் சந்திரகுப்தனைத் தன்னுடைய அறைக்கு அழைத்து, “சில சமயங்களில், பெரிய நன்மைகளுக்காக உத்திசார் தீர்மானங்களை எடுக்க வேண்டியது முக்கியம்,” என்று கூறினார்.

தன்னுடைய ஆசிரியர் என்ன கூற விரும்பினார் என்று புரியாமல் சந்திரகுப்தன் லேசாகக் குழப்பமடைந்தான். அதற்கு விடையாக, “சில சமயங்களில், நாம் ஒரு திட்டத்தைத் தீட்டும்போது, நாம் அத்திட்டத்தின் ஒரு பகுதியாக ஆக வேண்டியது அவசியம்,” என்று சாணக்கியர் கூறினார்.

அவர் எதைப் பற்றிப் பேசிக் கொண்டிருந்தார் என்று சந்திரகுப்தனுக்கு இன்னும் புரியவில்லை. “ஆச்சாரியார் அவர்களே, நான் என்ன செய்ய வேண்டும் என்று நீங்கள் விரும்புகிறீர்கள் என்பது எனக்குப் புரியவில்லை,” என்று அவன் கூறினான்.

சாணக்கியர் சிறிதும் தடுமாறாமல், “நீ திருமணம் செய்து கொள்ள வேண்டும் என்று நான் விரும்புகிறேன்,” என்று கூறினார்.

பொதுவாக, திருமணம் என்பது கொண்டாட்டத்திற்கான ஒரு காரணமாகும். ஆனால், சாணக்கியரிடமிருந்து அது தனக்கு ஒரு கட்டளையின் வடிவில் வந்ததால், சந்திரகுப்தன் தடுமாற்றம் அடைந்தான்.

“நான் உனக்குப் பொருத்தமான ஒரு வரனைக் கண்டுபிடித்திருக்கிறேன். செலுகஸின் மகளை நீ திருமணம் செய்து கொள்ள வேண்டும் என்பது என் விருப்பம்,” என்று சாணக்கியர் கூறினார்.

இதைக் கேட்டு அதிர்ச்சியடைந்த சந்திரகுப்தன், "எதிரியின் மகளையா? ஆச்சாரியாரே, நீங்கள் என்ன கூறிக் கொண்டிருக்கிறீர்கள்?" என்று கேட்டான். ஆனால், உத்திகளை வகுப்பதில் கைதேர்ந்தவரான சாணக்கியரிடம் தான் பேசிக் கொண்டிருந்தோம் என்பதை அவன் ஒரு கணம் மறந்துவிட்டிருந்தான்.

"அவளுடைய பெயர் ஹெலன். நீ அவளைத் திருமணம் செய்து கொள்ள வேண்டும்."

"ஆச்சாரியாரே, இது மிகவும் வினோதமானதாக இருக்கிறது. நான் ஏன் அவளைத் திருமணம் செய்து கொள்ள வேண்டும்? நாம் அவளை நம்முடைய அடிமையாக ஆக்கிக் கொள்ளலாமே!" என்று கூறிய சந்திரகுப்தன், தன்னுடைய வாதத்தால் சாணக்கியரை பிரமிக்க வைத்திருந்ததாக நினைத்தான்.

சாணக்கியர் ஒரு புன்னகையுடன், "இதனால்தான், நீ கற்றுக் கொள்வதற்கு இன்னும் ஏராளமான விஷயங்கள் இருக்கின்றன என்று இன்னும் நான் நம்புகிறேன்," என்று கூறினார்.

சந்திரகுப்தன் தன் குருவைப் பணிந்து வணங்கிவிட்டு, அவர் மேலும் பேசுவதற்காகக் காத்திருந்தான்.

"அவள் ஓர் இளவரசி. அவள் ஓர் அரசியாக ஆவதற்குக் கிட்டத்தட்டத் தயாராகிவிட்டாள். நீ அவளை ஓர் அடிமையாக ஆக்கினால், உன்னால் அவளுடைய அறிவைப் பயன்படுத்த முடியாமல் போய்விடும். மிக முக்கியமாக, உன் எதிரிக்கும் சிறிதளவு மரியாதை காட்டப்பட வேண்டும். ஒரு விஷயத்தை எப்போதும் நன்றாக நினைவில் வைத்துக் கொள். உன் எதிரியை ஒருபோதும் குறைத்து மதிப்பிட்டுவிடாதே!"

பதிலுக்கு, "ஆச்சாரியாரே! என் எதிரி என்னுடைய சொந்தப் படுக்கையறையில் வைத்து என்னைக் கொல்வதற்கு இது வசதியாக இருக்கும். நம்முடைய ராஜ்யத்திற்கு வரும்படி அவர்களுக்கு அழைப்பு விடுப்பதன் மூலம், நம்முடைய அனைத்து ரகசியங்களையும் அவர்கள் தெரிந்து கொள்வதற்கான வாய்ப்பை நாம் அவர்களுக்குக் கொடுத்துக் கொண்டிருப்போம் . . . இது நமக்கு எதிராகத் திரும்பும்!" என்று சந்திரகுப்தன் தன் தொண்டை கிழியக் கத்த விரும்பினான்.

ஆனால், எப்போதும் சரியான தீர்மானங்களை எடுத்துத் தன்னை நிரூபித்திருந்த ஒரு குருவின் முன்னால் அவனால் எதுவும் கூற முடியவில்லை.

"சரி, ஆச்சாரியாரே! நான் அவளை மணந்து கொள்ளத் தயார்!" என்று அவன் கூறினான்.

ஆனால் சந்திரகுப்தனுக்கு இந்தக் கலந்துரையாடல் முழுத் திருப்தி அளித்திருக்கவில்லை என்பதைச் சாணக்கியர் உணர்ந்து கொண்டார். அவனுக்கு இன்னும் விளக்கம் தேவைப்பட்டது.

"நாட்டின் இப்போதைய தேவை இதுதான். அரசன் யாரை மணந்து கொள்கிறானோ, அப்பெண் நம் ஒவ்வொருவர்மீதும் நம்முடைய எதிர்காலத் தலைமுறையினர்மீதும் ஓர் அளப்பரிய தாக்கத்தை ஏற்படுத்துகிறாள். இந்தத் திருமணம் நம்முடைய நாட்டின்மீதும், அலெக்சாண்டரின் நாட்டின்மீதும் தாக்கம் விளைவிக்கும்," என்று சாணக்கியர் கூறினார்.

இந்தத் திருமண விவகாரம் குறித்துச் சந்திரகுப்தனுக்கு சந்தேகம் இருந்தபோதிலும், ஹெலனைக் கண்டவுடன் அவன் அவளிடம் தன் மனத்தைப் பறி கொடுத்தான். அவனுடைய கண்களில் வியப்பு மின்னியதை கவனித்தச் சாணக்கியர், "அழகும் அறிவும் ஒருங்கே அமையப் பெற்றவள் அவள்," என்று அவனிடம் குறிப்பிட்டார்.

சாணக்கியர் சாமர்த்தியமாக ஏற்பாடு செய்திருந்த இந்தத் திருமணத்தை செலுகஸ் மற்றும் ஹெலன் உட்பட எல்லோரும் மகிழ்ச்சியாக ஏற்றுக் கொண்டனர். இந்தியக் கலாச்சாரத்தில் பெண்கள் உரிய மரியாதையோடு நடத்தப்பட்டனர் என்பதை அறிந்திருந்த அவர்கள், ஹெலன் எதைப் பற்றியும் பயப்பட வேண்டியிருக்கவில்லை என்று உறுதியாக நம்பினர். இத்திருமணம், மிக வெற்றிகரமான அரசியல்ரீதியான திருமண சம்பந்தங்களில் ஒன்றாகத் திகழ்ந்தது. அது எதிர்காலத் தலைமுறையினருக்கும் நன்மை விளைவிப்பதாக இருந்தது. அந்தத் திருமணத்திற்குப் பிறகு, கிரேக்கர்களும் இந்தியர்களும் தங்களிடையே ஓர் இணக்கமான உறவைப் பகிர்ந்து வந்துள்ளனர். அதைத் தொடர்ந்து வந்த காலகட்டம் இந்தியாவின் பொற்காலமாக அமைந்தது. அதை உருவாக்குவதில் சாணக்கியர் முக்கியப் பங்கு வகித்திருந்தார். எல்லோரும் நலமாக வாழ்ந்தனர்.

உள்நோக்குகள்

- ஒரு திருமணம் என்பது தனிநபர்களுக்கும் அவர்களுடைய குடும்பத்தினருக்கும் ஒரு முக்கியமான தீர்மானமாகும். திருமணம் என்பது இரண்டு நபர்கள் ஒன்றிணைகின்ற ஒரு விஷயம் அல்ல, மாறாக இரண்டு கலாச்சாரங்களின் சங்கமம் அது.

- பெண்களுக்கும் அவர்களுடைய அறிவுக்கும் மரியாதை கொடுங்கள். காலப்போக்கில் அது உங்களுக்கும் நன்மை பயக்கும்.

- பாதுகாப்பான தீர்மானங்களை எடுக்க முயற்சிப்பதில்தான் உண்மையிலேயே ஆபத்து அடங்கியுள்ளது. ஹெலனை நிரந்தரமாகச் சந்திரகுப்தனின் குடும்பத்திற்குள் கொண்டுவருவதற்கு, சந்திரகுப்தனின் நலனைச் சாணக்கியர் பணயம் வைக்க வேண்டியிருந்தது. ஆனால் இந்த சூதாட்டம் மிகவும் லாபகரமான ஒன்றாக ஆகியிருந்தது.

அத்தியாயம் 3

மனத்திற்கான விளையாட்டுகள்

ஆச்சாரியார் நீதி

நாம் பார்க்கின்ற எல்லாமே மனத்தின் ஒரு படைப்புதான். இவ்வுலகில் இருக்கின்ற அனைத்துமே இருமுறை உருவாக்கப்பட்டன. முதலில் நம்முடைய மனங்களிலும், பிறகு தம் பௌதீக வடிவிலும் அவை உருவாக்கப்பட்டன. இந்த இருமைப் படைப்பானது மனிதர்களுக்கு ஒரு சொத்தாக இருக்கிறது. நாம் செய்கின்ற அனைத்திலும் நாம் அதிகப் படைப்புத்திறனோடு செயல்படவும் புதுமைகளைப் புனையவும் அது நமக்கு உதவுகிறது.

ஆனால் படைப்புத்திறன் என்பது நம்முடைய மனத்தின் சுதந்திரத்தைப் பற்றியது மட்டும் அல்ல. சில சமயங்களில், கட்டுப்பாடுகளும் விதிமுறைகளும் அடங்கிய ஒரு மட்டுப்படுத்தப்பட்டக் கட்டமைப்புக்குள் ஒருவன் செயல்பட வேண்டியிருக்கும்போது, மிகச் சிறந்த படைப்பாற்றல் அங்கு வெளிப்படுத்தப்படுகிறது. படைப்புத்திறனுக்கும் மட்டுப்படுத்தல்களுக்கும் இடையே ஒரு சமநிலையை ஒருவன் கண்டறியும்போது, எல்லையற்ற வெற்றியை அவனால் பெற முடியும்.

இதை மனத்தில் வைத்துக் கொண்டு, அரசனுக்குச் சாணக்கியர் சில விதிமுறைகளை வகுத்தார். அதே சமயத்தில், உத்திசார் படைப்பாற்றலுக்கான இடைவெளியையும் அவர் அவனுக்குக் கொடுத்தார்.

ஆச்சாரியார் கதை

சாணக்கியர் தன்னுடைய குருகுலத்தில் பயின்ற மாணவர்களிடம், "நேரம் கிடைக்கும்போதெல்லாம் விளையாடுங்கள்," என்று அடிக்கடிக் கூறினார்.

ஆனால் பள்ளி வாழ்க்கை இப்போது முடிந்துவிட்டது. சந்திரகுப்தன் இப்போது ஒரு பெரிய நாட்டை ஆளும் பொறுப்பில் இருந்தான். விளையாடுவதைப் பற்றி யோசிக்க அவனுக்கு நேரம் எங்கே இருக்கும்?

"சந்திரகுப்தா, இது அதற்கு நேர்மாறானது. நீ விளையாடும்போது, உடல்ரீதியாகவும் மனரீதியாகவும் நீ

ஆரோக்கியமடைகிறாய். ஆரோக்கியமாக இருப்பதற்கு அன்றாட அடிப்படையில் உடல்ரீதியான விளையாட்டுக்கள் அவசியம். அதே சமயத்தில், நீ விளையாட வேண்டிய மன விளையாட்டுக்களை உதாசீனப்படுத்திவிடாதே."

"எந்த மாதிரியான மன விளையாட்டுக்கள்?" என்று சந்திரகுப்தன் கேட்டான்.

சாணக்கியர் ஒரு புன்னகையுடன், "நான் உனக்காக ஒரு விளையாட்டை உருவாக்கியிருக்கிறேன். அதற்குச் சதுரங்கம் என்று பெயர். இது ஒரு யுத்த விளையாட்டு. சம அளவில் சக்தி படைத்த இரண்டு நபர்கள் இதில் இருப்பர். வளவசதிகளின் வடிவில் அந்த சக்தி அவர்களுக்குக் கொடுக்கப்படும்," என்று கூறினார்.

பிறகு, சதுரங்கத்தின் ஒரு 'மாதிரி வடிவத்தை' அரசவைக்குக் கொண்டுவரும்படி சாணக்கியர் ஓர் அமைச்சரிடம் கூறினார். அவர் வகுத்திருந்த விதிமுறைகளுக்கு ஏற்ப அந்தச் சதுரங்கப் பலகையில் காய்கள் அடுக்கி வைக்கப்பட்டப் பிறகு, அவர் தன் விளக்கத்தைத் தொடர்ந்தார். "ஒவ்வோர் அணியிலும் நான்கு முக்கியப் பிரிவுகள் உள்ளன. தேர்ப்படை, குதிரைப் படை, யானைப் படை, காலாட்படை ஆகியவைதான் அவை. நான்கு பாகங்களைக் கொண்ட படை என்பதால்தான் அது சதுரங்கம் என்று அழைக்கப்படுகிறது.

"இரண்டு அணிகளிலும், ஒரே எண்ணிக்கையிலான வீரர்கள், தேர்கள், குதிரைகள், யானைகள் ஆகியவை இருக்கின்றன. இங்கு எந்தவோர் அணிக்கும் பாரபட்சமோ அல்லது ஒருதலைபட்சமான அனுகூலமோ இல்லை."

சந்திரகுப்தனுக்கு இது ஒரு புதிய விஷயமாக இருந்தது. "ஆச்சாரியார் அவர்களே, இரண்டு அணிகளிலும் எல்லாமே சம எண்ணிக்கையில் இருந்தால், போரில் யார் வெற்றி பெறுவார்கள்?" என்று அவன் கேட்டான்.

"எந்த அணி ஒரு சிறந்த உத்தியைப் பயன்படுத்தித் தன்னிடம் இருக்கும் வளவசதிகளை சாமர்த்தியமாகப் பயன்படுத்துகிறதோ, அந்த அணிதான் வெற்றி பெறும்," என்று சாணக்கியர் பதிலளித்தார்.

ஒரு கணநேர மௌனத்திற்குப் பிறகு, போர்க்கலை நிபுணரான சாணக்கியர் தொடர்ந்தார். "நம்முடைய வாழ்க்கையை எடுத்துக் கொண்டால், கடவுள் நம் ஒவ்வொருவரிடமும் நியாயமாக நடந்து கொண்டுள்ளார். ஒரு மனித உடலையும் சிறிதளவு அடிப்படை அறிவையும் நமக்குக் கொடுத்திருக்கின்ற அவர், சம அளவிலான வாய்ப்புகளைக் கொடுத்துள்ளார். ஆனால், சிலர் மட்டும் ஏன் மற்றவர்களைவிட அதிக வெற்றிகரமானவர்களாக இருக்கிறார்கள் என்று மக்கள் யோசிக்கின்றனர். கடவுள் நமக்குக் கொடுத்துள்ள பரிசுகளை நாம் எப்படிப் பயன்படுத்துகிறோம்

என்பதில் அக்கேள்விக்கான விடை இருக்கிறது. நாம் அவற்றைப் பயன்படுத்துகிறோமா, பயன்படுத்தவில்லையா, அல்லது தவறாகப் பயன்படுத்துகிறோமா என்பதுதான் இங்கு நாம் கவனிக்க வேண்டிய முக்கியமான விஷயம்."

தன் மாணவனுக்குக் கூடுதல் உள்நோக்கைக் கொடுக்க விரும்பிய சாணக்கியர், இவ்வாறு தொடர்ந்தார். "நம்மிடம் இருப்பதெல்லாம் கடவுள் நமக்குக் கொடுத்திருக்கின்ற பரிசாகும். நம்மிடம் இருப்பதைக் கொண்டு நாம் என்ன செய்கிறோமோ, அதுதான் கடவுளுக்கு நாம் கொடுக்கின்ற பரிசு." பிறகு, அவர் அந்தச் சதுரங்கப் பலகையைச் சுட்டிக்காட்டி, "போருக்கும் ஒரு தத்துவம் இருக்கிறது என்பதை மறந்துவிடாதே. இதில் ஒவ்வொரு நபரும் ஒரு நேரத்தில் ஒரே ஒரு முறை மட்டுமே தன் காயை நகர்த்தலாம். இது இந்த விளையாட்டின் ஒரு விதிமுறையாகும்," என்று கூறினார்.

"ஒரே நேரத்தில் நான் பல காய்களை நகர்த்தினால் என்ன ஆகும்?" என்று சந்திரகுப்தன் கேட்டான்.

"அதற்கு அனுமதி இல்லை," என்று சாணக்கியர் உறுதியாக பதிலளித்தார்.

"சந்திரகுப்தா, விளையாட்டை முடிப்பதும் போரில் வெற்றி பெறுவதும் இங்கு நம் நோக்கமல்ல. மாறாக, எதிரியின் கண்ணோட்டத்திலிருந்து ஒவ்வோர் அசைவையும் நீ கவனிக்க வேண்டும். நீ ஒரு காயை நகர்த்துவதற்கு முன்பாக, அந்த நகர்த்தலுக்கு உன் எதிராளி எப்படித் தன் காய்களை நகர்த்தக்கூடும் என்பதை யோசித்தே நீ உன் காயை நகர்த்த வேண்டும். நீ சிந்திக்க வேண்டும்," என்று சாணக்கியர் கூறினார்.

சந்திரகுப்தனுக்கு இப்போது புரியத் தொடங்கியது. "அப்படியென்றால், காய்களை நகர்த்துவது தொடர்பாக இந்த விளையாட்டில் இருக்கும் எண்ணற்ற சாத்தியக்கூறுகளை அறிந்து வைத்திருப்பதுதான் இங்கு முக்கியம், அப்படித்தானே?" என்று அவன் கூறினான்.

இதைக் கேட்டவுடன் சாணக்கியரின் முகம் மலர்ந்தது. சதுரங்க விளையாட்டை உருவாக்குவதற்குத் தான் மேற்கொண்ட முயற்சிகள் அனைத்தும் இப்போது பெரும் நன்மைகளை அறுவடை செய்யவிருந்ததை அவர் உணர்ந்தார். "ஆமாம், இந்த ஒட்டுமொத்த விளையாட்டும் சிந்திப்பதைப் பற்றியதுதான். சிந்திப்பதைப் பற்றி நீ சிந்தித்துப் பார்க்க வேண்டும்," என்று அவர் கூறினார்.

பிறகு, சதுரங்கத்தின் பிற விதிமுறைகளையும் உத்திகளையும் அவர் விளக்கினார். எந்த அணி வெற்றி பெற்றது என்பதைத் தீர்மானிக்கும் விதத்தையும் அவர் விளக்கினார். அவர் அந்த விளையாட்டைப் பற்றித் தொடர்ந்து விவரித்துக் கொண்டிருந்தபோது, சந்திரகுப்தனுக்கு இருப்புக்

கொள்ளவில்லை. அவன் இறுதியாக, "யார் வெற்றி பெற்றார்கள் என்று தீர்மானிப்பதற்கான கடைசி நடவடிக்கை எது? எதிரி அரசன் கொல்லப்படுவதுதான் அந்த நடவடிக்கையா?" என்று கேட்டான்.

சாணக்கியர் இதைக் கேட்டு வாய்விட்டுச் சிரித்தார். "விளையாட்டின் சுவாரசியமான பகுதி இதுதான். உன் எதிரியின் அணியில் உள்ள எல்லோரையும் உன்னால் கொல்ல முடியும் – அதன் அரசனைத் தவிர! அவன் ஒருபோதும் கொல்லப்படக்கூடாது. உன்னால் அவனைத் தோற்கடிக்க முடியும், ஆனால் கொல்ல முடியாது."

"ஏன்?" என்று சந்திரகுப்தன் கேட்டான். இந்த விளையாட்டை அவன் விளையாடினால்தான் அது அவனுக்குப் புரியும் என்பதைச் சாணக்கியர் உணர்ந்து கொண்டார். அவனுடைய கேள்விக்கு ஒரு நேரடியான பதிலைக் கொடுப்பதற்கு பதிலாக, "விதிமுறைகள்தான் அதற்குக் காரணம் . . ." என்று அவர் கூறினார்.

சதுரங்க விளையாட்டை அவனே அலசி ஆய்வு செய்து கொள்ளட்டும் என்று நினைத்தச் சாணக்கியர், அங்கிருந்து புறப்பட்டுச் சென்றுவிட்டார். ஆனால் அதற்கு முன்பாக, அவர் அவனிடம், "இது வெறும் விளையாட்டுதான். ஆனால் உண்மையான போர் வரும்போது, விளையாடுவதை நிறுத்திவிட்டுத் தாக்கத் தொடங்கு!" என்று கூறினார்.

சந்திரகுப்தன் சற்றுக் குழப்பத்தோடு அவரைப் பார்த்தான். சாணக்கியர் லேசாகப் புன்னகைத்தபடி, "இது ஒரு மன விளையாட்டு. ஓர் உண்மையான போரின்போது நீ செயல்படுத்த வேண்டிய படைப்பாற்றலை இது தயார்படுத்திக் கொண்டிருக்கிறது," என்று கூறினார்.

தேர்கள், குதிரைகள், யானைகள், காலாட்படை வீரர்கள் ஆகிய நான்கு படைப்பிரிவுகளைக் கொண்ட சதுரங்கம் இக்காலகட்டத்தில் 'செஸ்' என்று அழைக்கப்படுகிறது. உலகின் முதல் யுத்த விளையாட்டு இந்தியாவில்தான் கண்டுபிடிக்கப்பட்டது. படைப்பாற்றல்ரீதியான மற்றும் உத்திசார் சிந்தனைக்கு நம்முடைய கலாச்சாரத்தின் பங்களிப்பு அது. எனவேதான், சாணக்கியரை 'அனைத்து உத்திகளின் தந்தை' என்று நாம் அழைக்கிறோம்.

உள்நோக்குகள்

* இவ்வுலகில் இருக்கின்ற அனைத்துமே இருமுறை உருவாக்கப்பட்டுள்ளன. முதலில் நம்முடைய கற்பனையிலும், பிறகு நிஜ உலகில் ஒரு பௌதீக யதார்த்தமாகவும் அவை உருவாக்கப்பட்டுள்ளன.

* படைப்பாற்றலிலிருந்து உத்திவரையிலும், கற்பனையிலிருந்து நடைமுறைச் செயல்பாடுவரையிலும் விளையாட்டுக்களால் பல விஷயங்களை உங்களுக்குக் கற்றுக் கொடுக்க முடியும். உடல்ரீதியாகவும் மனரீதியாகவும் ஆரோக்கியமாக இருப்பதற்கு விளையாட்டுக்களை விளையாடுங்கள்.

* போட்டியாளர்கள் இருவருமே ஒரே துவக்கப்புள்ளியையும், அதே வளவசதிகளையும் மக்களையும் ஆயுதங்களையும் கருவிகளையும் கொண்டிருக்கக்கூடும். ஆனால், படைப்புத்திறனுடன்கூடிய உத்தியைக் கொண்டவனே வெற்றி பெறுகிறான்.

அத்தியாயம் 4

இரண்டு விளக்குகள்

ஆச்சாரியார் நீதி

ஊழல் என்பது அதிகாரத்துடன் மறைமுகமாகப் பின்னிப் பிணைந்துள்ளது. அது பல வடிவங்களை எடுக்கக்கூடும், ஆனால் அவற்றில் பிரலமானது பொருளாதாரரீதியான ஊழல். தன்னுடைய குடும்ப நன்மைக்காக அதிகாரத்தைத் தவறாகப் பயன்படுத்துவது, அதிகாரம் கொண்ட மற்றவர்களுடன் ஒருவருக்கொருவர் உபகாரங்களைப் பரிமாறிக் கொள்வது போன்ற பிற வகையான ஊழல்களும் இருக்கின்றன.

ஒழுக்கம் தொடர்பான ஊழல் எப்படிப்பட்டது? நாணயம் இல்லாத, மோசமான நடத்தையைக் கொண்ட, ஒழுக்கக்கேடான ஒருவன் அதிகாரத்தில் இருந்தால், சமுதாயத்திற்கு அவன் ஒரு பெரிய ஆபத்தாக இருப்பான். ஆனால், ஒழுக்கசீலரான ஒருவர் அதிகாரத்தில் இருந்தால், தன்னைச் சுற்றி இருக்கின்ற எல்லோருக்கும் அவரால் பல அற்புதங்களை நிகழ்த்த முடியும். ஓர் உண்மையான ஆன்மீகவாதியால் மட்டுமே முற்றிலும் ஊழலற்றவராக இருக்க முடியும். ஏனெனில், அவர் பற்றற்றவராகவும், தனிப்பட்ட லாபநோக்கு ஏதும் இல்லாதவராகவும் இருப்பார்.

சாணக்கியர் அப்படிப்பட்ட ஒருவராக இருந்தார். அதிகாரம் அவர் வசம் இருந்தும்கூட, அவரை அது பாழாக்கவில்லை. அதனால்தான் அவரால் உத்திகளை வடிவமைக்க முடிந்தது, அதிக சக்திவாய்ந்த மக்களைத் தன்னுடைய கட்டளைகளுக்குக் கட்டுப்பட்டு நடந்து கொள்ளும்படி செய்தது. அவர் ஊழலில் திளைத்திருந்தால், இது வேலை செய்திருக்காது.

ஆச்சாரியார் கதை

ஒருமுறை, பணக்கார வணிகர் ஒருவர் சாணக்கியரைப் பற்றிக் கேள்விப்பட்டார். சாணக்கியர் நடைமுறைப்படுத்தியிருந்த புதிய வரிக் கொள்கைகள் அந்த வணிகரைப் பெரிதும் கவர்ந்தன. எனவே, சாணக்கியரைத் தனிப்பட்ட முறையில் சந்தித்து, அவருக்கு நன்றி தெரிவிக்க அவர் விரும்பினார். ஏனெனில், அந்த வரிக் கொள்கைகளைத் தொழிலதிபர்களும் வணிகர்களும் வணிகச் சமூகத்தினரும் மகிழ்ச்சியாக ஏற்றுக் கொண்டிருந்தனர்.

சமீப காலமாக, சாணக்கியர் ஓர் அரசாங்கப் பணித்திட்டத்தில் மிகவும் மும்முரமாக இருந்தது அந்த வணிகருக்குத் தெரிய வந்தது. சர்வதேச உறவுகள் தொடர்பான ஒரு கொள்கையைச் சாணக்கியர் வகுத்துக் கொண்டிருந்தார். 'மண்டலா' என்று அழைக்கப்பட்ட இந்தக் கோட்பாட்டை அவர் தயாரித்துக் கொண்டிருந்தார். நாட்டின் எதிர்காலத்தை மாற்றவிருந்த ஒரு மிகப் பெரிய திட்டமாக அது அமையவிருந்தது.

சாணக்கியரை சந்திப்பதற்கு அந்த வணிகர் முன்னனுமதி பெற்றார். காலை வேளைகளில் சாணக்கியர் பல வேலைகளில் மும்முரமாக இருந்ததாலும், அவருக்குப் பிற பொறுப்புகளும் இருந்ததாலும், மாலையில் அவருடைய வீட்டிற்கு வந்து அவரை சந்திக்கும்படி அந்த வணிகரிடம் கூறப்பட்டது.

சாணக்கியர் ஓர் எளிய குடிலில் வாழ்ந்து கொண்டிருந்ததைக் கண்டு மனம் நெகிழ்ந்த அந்த வணிகர், "பாரதத்தை உலகிலேயே மிகச் செழிப்பான நாடாக ஆக்கவிருக்கும் இந்நபர், இப்படிப்பட்ட ஓர் எளிய வாழ்க்கையை வாழ்ந்து கொண்டிருக்கிறாரே . . . அவர் இவ்வளவு அடக்கமானவராகவும் தலைக்கனம் இல்லாதவராகவும் இருக்கிறாரே . . ." என்று எண்ணி வியப்படைந்தார்.

பிறகு, "அரசர்களை உருவாக்கும் ஆற்றல் கொண்ட இந்த மாமனிதர் இப்படிப்பட்ட ஓர் எளிய குடிலில் வசித்துக் கொண்டிருப்பதை நான் என் நண்பர்களிடம் கூறினால், அவர்கள் நிச்சயமாக என்னை நம்ப மாட்டார்கள்," என்று நினைத்து அவர் தனக்குத் தானே சிரித்துக் கொண்டார்.

அவர் சாணக்கியரின் வீட்டைச் சென்றடைந்தபோது, உள்ளே இருட்டாக இருந்ததை அவர் கண்டார். சாணக்கியர் ஏதோ முக்கியமான ஆவணங்களை ஆய்வு செய்வதில் மூழ்கிப் போயிருந்தார். அந்த வணிகர் மெதுவாக அந்த வீட்டினுள் நுழைந்து, சாணக்கியர் உட்கார்ந்திருந்த அறையின் ஒரு மூலையில் சென்று நின்றார். சாணக்கியர் அவரைப் பணிவோடு வரவேற்று, "தயவு செய்து இந்த இருக்கையில் அமருங்கள். நான் இந்த வேலையை முடித்துவிட்டு, பிறகு உங்கள்மீது முழு கவனம் செலுத்துகிறேன்," என்று கூறினார்.

சாணக்கியரின் குரலின் தொனி அந்த வணிகரை பிரமிக்க வைத்தது. அந்தத் தொனியில் வரவேற்பும், கனிவும், பணிவும், உண்மையும் இருந்தன. இந்த மாபெரும் மனிதரின் முன்னிலையில் தான் இருந்தது குறித்து அந்த வணிகர் பெருமகிழ்ச்சி அடைந்தார். சாணக்கியர் ஒருமித்தக் கவனத்துடன் தன் வேலையைச் செய்து கொண்டிருந்ததைக் காண்பதே அந்த வணிகருக்கு ஒரு பெரிய நிகழ்வாகத் தோன்றியது. பிறகு அவர் ஒரு தியான நிலைக்குள் போய்விட்டார்.

சிறிது நேரத்தில் சாணக்கியரின் குரல் கேட்டு அவர் திடுக்கிட்டுக் கண்விழித்தார். சாணக்கியர் அவரிடம், "நான் என் வேலையை முடித்துவிட்டேன். அரசாங்கப் பொருளாளர் கொடுத்தக் கணக்கில் குளறுபடி ஏற்படக் காரணமாக இருந்தவனை நான் கண்டுபிடித்துவிட்டேன். நாளைக்கு அரசவையில் நான் அவனை வாட்டி வதைக்கப் போகிறேன்," என்று கூறிவிட்டு, தன்னுடைய புத்தகங்களை ஓர் ஓரமாக வைத்துவிட்டு, "ஒரு நிமிடம் பொறுங்கள். நான் இப்போது வந்துவிடுகிறேன் . . ." என்று கூறிவிட்டு அங்கிருந்து சென்றார்.

சாணக்கியர் ஓர் எண்ணெய் விளக்கின் வெளிச்சத்தில் வேலை செய்து கொண்டிருந்தார். அவர் இப்போது அந்த விளக்கை அணைத்துவிட்டு, இன்னோர் எண்ணெய் விளக்கைக் கொண்டுவந்து, அதை ஏற்றி வைத்தார். இரண்டு விளக்குகளுமே அளவிலும் பிரகாசத்திலும் ஒரே மாதிரியாகத்தான் இருந்தன. ஆனால் அவர் ஏன் ஒன்றை அணைத்துவிட்டு இன்னொன்றை ஏற்றி வைத்தார் என்பது புரியாமல் அந்த வணிகர் குழப்பமடைந்தார்.

சாணக்கியர் அவரிடம், "வணிகர்களையும் வியாபாரிகளையும் தொழிலதிபர்களையும் எனக்கு அவ்வளவாகப் பிடிக்காது. அவர்களில் பெரும்பாலானோர் ஊழல் பேர்வழிகள். அரசாங்க அதிகாரிகளையும் அவர்கள் கெடுத்துவிடுகின்றனர்," என்று கூறினார்.

இதைக் கேட்டு லேசாக அதிர்ச்சியடைந்த அந்த வணிகர், சாணக்கியர் எதை உணர்த்த விரும்பினார் என்று தனக்குத் தானே கேட்டுக் கொண்டார். அந்த வணிகரின் முகத்தில் தென்பட்ட யோசனையைப் பார்த்துவிட்டுப் புன்முறுவல் பூத்தச் சாணக்கியர், "கவலைப்படாதீர்கள், நீங்கள் அந்த வகையைச் சேர்ந்தவர் அல்ல என்று எனக்குத் தெரியும்," என்று கூறினார்.

பிறகு, தன் மேசையின்மீது கிடந்த ஒரு காகிதத்தை அவர் எடுத்தார். "தங்களுக்கு அனுகூலமான விஷயங்களைச் செய்வதற்கு என் சிந்தனையின்மீது தாக்கம் விளைவிப்பதற்காக ஏராளமான வணிகர்கள் என்னை சந்திக்க முயற்சிக்கின்றனர். ஆனால் நான் அவர்களை ஊக்குவிப்பதில்லை. இந்தப் பட்டியலைப் பார்த்தீர்களா? ஊழலுக்குப் பிரசித்தி பெற்றவர்களின் பெயர்களும் ஊழலற்ற நபர்களின் பெயர்களும் இதில் இடம்பெற்றுள்ளன. இவர்கள் எல்லோருமே தொழிலதிபர்கள் மற்றும் வணிகர்கள். உங்கள் பெயர், ஊழலற்றவர்களின் பெயர்களில் ஒன்றாக இருக்கிறது. அது மட்டுமல்ல, ஒவ்வொரு வருடமும் நீங்கள்தான் மிக அதிகமாக வரி செலுத்துகிறீர்கள்," என்று சாணக்கியர் கூறினார்.

நேர்மையாக நடந்து கொள்வது நன்மை பயக்கும் என்பதை அந்த வணிகர் தன் வாழ்வில் முதன்முறையாக உணர்ந்தார்.

அவர் சாணக்கியரைப் பார்த்து, "உங்களுடைய அன்பான வார்த்தைகளுக்கு நன்றி," என்று கூறி ஒருசில கணங்கள் அமைதியாக இருந்துவிட்டு, பிறகு, "ஆச்சாரியார் அவர்களே, நான் இரண்டு கோரிக்கைகளுடன் வந்திருக்கிறேன். ஒன்று, ஆரோக்கியமான, சட்டத்திற்கு உட்பட்ட, லாபகரமான வியாபாரம் செய்வது குறித்து நீங்கள் எனக்குச் சிறிது அறிவுரை வழங்க வேண்டும். இரண்டாவது, என் மகளின் திருமண விழாவில் நீங்கள் கலந்து கொள்ள வேண்டும் என்று நான் விரும்புகிறேன். அதற்கான அழைப்பிதழ் இது," என்று கூறினார்.

"இரண்டு கோரிக்கைகளையும் நான் ஏற்றுக் கொள்கிறேன்," என்று சாணக்கியர் கூறினார். அவர்கள் இருவருக்கும் இடையே ஒரு பரஸ்பரப் புரிதல் உருவாகியது. நல்ல, அறிவார்ந்த மக்கள், நல்ல பொருளாதாரக் கொள்கைகளுக்கான யோசனைகளைப் பரிமாறிக் கொள்ள வேண்டும் என்பதில் சாணக்கியர் உறுதியான நம்பிக்கை கொண்டிருந்தார். எனவே, அவரும் அந்த வணிகரும் அது குறித்துப் பேசினர்.

அந்த வணிகர் சாணக்கியரிடமிருந்து விடைபெற்றுக் கொள்ளவிருந்த நேரத்தில், கடைசியாக ஒரு கேள்வி கேட்டார். "ஆச்சாரியாரே, என்னிடம் பேசுவதற்கு முன்பாக நீங்கள் ஏன் விளக்குகளை மாற்றினீர்கள்?"

"நான் முதலில் பயன்படுத்திய விளக்கிற்கான எண்ணெய், அரசாங்கம் எனக்குக் கொடுத்தது. அது நிர்வாக வேலைகளுக்காக மட்டுமே பயன்படுத்தப்பட வேண்டும். ஆனால் இந்த விளக்கிலுள்ள எண்ணெய், என்னுடைய தனிப்பட்ட வேலைகளுக்காக என்னுடைய சொந்தப் பணத்தைக் கொண்டு நான் வாங்கியது. நான் இவ்விரண்டையும் ஒன்றோடொன்று கலப்பதில்லை," என்று சாணக்கியர் பதிலளித்தார்.

"ஒரு கௌரவமான மனிதருக்கான இன்னுமோர் அருமையான எடுத்துக்காட்டு வேறு யாரேனும் இருக்க முடியுமா?" என்று அந்த வணிகர் வியந்தார்.

உள்நோக்குகள்

* ஊழலில் பல்வேறு வகைகள் இருக்கின்றன. இவற்றில் மிக மோசமானது ஒழுக்கக்கேடுதான். பிற அனைத்து வகையான ஊழல்களுக்கான மூல காரணம் இதுதான்.

* ஓர் ஆன்மீகவாதியால் மட்டுமே நேர்மையானவராக இருக்க முடியும். ஏனெனில், அவர் முற்றிலும் பற்றற்றவராகவும், தனிப்பட்ட லாபநோக்கு ஏதும் இல்லாதவராகவும் இருக்கிறார்.

* நம்பகமான இரண்டு நபர்கள் சேர்ந்து வேலை செய்தால், அவர்களால் அற்புதங்களை நிகழ்த்த முடியும். அவர்கள் ஏமாற்றுக்காரர்களுக்கும் பொய்யர்களுக்கும் எதிரான வலிமையான எதிரிகளாகவும் ஆகின்றனர்.

அத்தியாயம் 5

வாழ்வின் நோக்கம்

ஆச்சாரியார் நீதி

ஒருவருக்கு அவருடைய குடும்பம்தான் மிகப் பெரிய பலமாக இருக்கிறது. அவருடைய இருத்தலே அவருடைய குடும்பத்தைத்தான் சார்ந்துள்ளது. ஒரு தனிநபர் என்ற முறையில், அவருடைய முதல் அடையாளம் அவருடைய குடும்பம்தான். அவருடைய பெற்றோர்கள், சகோதர சகோதரிகள், தாத்தாக்கள் மற்றும் பாட்டிகள், மாமாக்கள், அத்தைகள், ஒன்றுவிட்டச் சகோதர சகோதரிகள் ஆகியோர் அவருடைய முதல் அடையாளமாக இருக்கின்றனர். அவர் வளர வளர, அவருடைய அடையாளம் வலிமையானதாக வளர்கிறது. அவருக்கு ஒரு குடும்பப் பெயர் கிடைக்கிறது.

பின்னாளில் அவர் திருமணம் செய்து கொள்ளும்போது, அவருக்கென்று ஒரு குடும்பம் உருவாகிவிடுகிறது. அவருடைய மனைவி, குழந்தைகள், பேரக்குழந்தைகள் ஆகியோர் அவருடைய அடையாளங்களாக ஆகின்றனர். ஒரு குடும்பம் இப்படித்தான் பெரிதாக வளர்கிறது. எனவே, அந்நபரின் இருத்தல் அவருடைய குடும்பத்தையே சார்ந்துள்ளது.

தான் எந்தக் குடும்பத்தில் பிறக்க விரும்புகிறோம் என்பதைத் தேர்ந்தெடுப்பதற்கான வாய்ப்பு யாருக்கும் இல்லை. ஆனால், தான் திருமணம் செய்து கொண்டு தனக்கென்று ஒரு குடும்பத்தை உருவாக்கிக் கொள்ள வேண்டுமா அல்லது வேண்டாமா என்பதைத் தேர்ந்தெடுப்பதற்கான சுதந்திரம் நம் ஒவ்வொருவருக்கும் இருக்கிறது.

ஆச்சாரியார் கதை

சாணக்கியருக்கென்று சொந்தமாகக் குடும்பம் எதுவும் இருக்கவில்லை. ஆனால் அவருடைய தனிப்பட்ட வாழ்க்கையைப் பற்றியும் அவருடைய திருமணத்தைப் பற்றியும் கேள்வி எழுப்ப யாரும் துணியவில்லை.

சாணக்கியரின் குழந்தைப்பருவ நண்பர்களில் ஒருவர், அண்டை ராஜ்யம் ஒன்றில் ஓர் அமைச்சராக இருந்தார். ஒருநாள், சாணக்கியருக்கு அவர் ஒரு செய்தி அனுப்பினார். அதில் அவர் இவ்வாறு எழுதியிருந்தார்:

"விஷ்ணு, நம்முடைய குழந்தைப்பருவம் முதலாகவே குருகுலத்தில் நாங்கள் எல்லோரும் உன்னைக் கண்டு பிரமித்து வந்துள்ளோம். குறிப்பாக, தற்போது நம் நாட்டிலேயே மிகவும் சக்திவாய்ந்த மனிதராகவும், எதிர்காலத் தலைமுறையினரை வடிவமைப்பவராகவும் நீ இருப்பதைக் கண்டு நாங்கள் மிகவும் பிரமிக்கிறோம். நான் ஒரு சிறிய ராஜ்யத்தில் ஓர் அமைச்சராக இருப்பதை நீ அறிவாய். விரைவில் எங்கள் அரசவையில் நடைபெறவிருக்கின்ற தத்துவ மற்றும் அரசியல் கருத்தரங்கில் கலந்து கொள்வதற்கு உனக்கு அழைப்பு விடுப்பதை எங்களுக்கு கிடைத்துள்ள ஒரு மிகப் பெரிய கௌரவமாக நாங்கள் கருதுகிறோம்.

"நீ எங்கள் பல்கலைக்கழகத்திற்கு வந்து, நாட்டை உருவாக்குவது குறித்த உன்னுடைய முன்னோக்கைப் பற்றி எங்கள் மாணவர்களிடம் பேசினால், அவர்கள் அதிலிருந்து பெரும் பலனடைவார்கள். தயவு செய்து என் வீட்டிற்கு வந்து எங்களோடு தங்கு. என் ஒட்டுமொத்தக் குடும்பம், குறிப்பாக என்னுடைய குழந்தைகள், உன்னைக் கண்டு பிரமிக்கின்றனர். அவர்கள் உன்னைப் பற்றிப் பேசாமல் ஒரு நாள்கூடக் கழிவதில்லை. என் நண்பர் மற்றும் சக ஆசிரியர் என்ற முறையில் எங்கள் அரசரின் சார்பில் நீ இந்த அழைப்பை ஏற்றுக் கொள்வாய் என்று நான் நம்புகிறேன்."

சாணக்கியருக்கு ஏகப்பட்ட அழைப்புகள் வரும். ஆனால் இந்தக் குறிப்பிட்ட அழைப்பு மிகவும் தனிச்சிறப்பு வாய்ந்ததாக இருந்தது. தன் நண்பரின் கோரிக்கையைச் சாணக்கியரால் மறுக்க முடியவில்லை.

குறித்த நாளன்று, சாணக்கியர் தன் நண்பரின் அவைக்கு வந்தார். உலகம் நெடுகிலும் பிரபலமாக இருந்த சாணக்கியரின் வருகை தன்னை கௌரவிப்பதைப்போல இருந்ததாக அந்நாட்டு அரசன் உணர்ந்தான்.

கல்வி சார்ந்த விஷயங்களைப் பற்றி நெடுநேரம் கலந்துரையாடிய பிறகு, பல்கலைக்கழக மாணவர்களின் கேள்விகளுக்கு பதிலளிப்பதில் சாணக்கியர் தன் நேரத்தைச் செலவிட்டார். அன்றைய நாள் நிறைவடைந்தபோது, அவர் அந்த அவையிலிருந்து வெளியேறி, தன் நண்பரின் வீட்டில் அவருடன் சிறிது நேரம் செலவிடச் சென்றார். அங்கும் அவரைப் பார்ப்பதற்காக ஏராளமானோர் கூடியிருந்தனர். ஆனால் இரவு உணவு முடிந்த பிறகு, தன் நண்பருடனும் அவருடைய குடும்பத்தினருடனும் ஆசுவாசமாகப் பேசுவதற்கு அவருக்கு நேரம் கிடைத்தது. தன் நண்பரின் மனைவி, அவருடைய குழந்தைகள் மற்றும் பெற்றோருடன் சாணக்கியர் நீண்டநேரம் பேசினார். சாணக்கியர் தன்னுடைய குழந்தைப்பருவத்தில் அடிக்கடித் தன் நண்பரின் வீட்டிற்கு வந்து சென்றபோதெல்லாம், அவருடைய

நண்பரின் பெற்றோர்கள் அவருக்குப் பல சுவையான உணவுப் பதார்த்தங்களைப் பரிமாறியிருந்தனர்.

எல்லோருடனும் பேசி முடித்தப் பிறகு, தன் நண்பருடன் தனியாகச் செலவிடுவதற்குச் சாணக்கியருக்கு நேரம் கிடைத்தது. குருகுலத்தில் தங்களோடு பயின்ற மற்ற மாணவர்கள் இப்போது என்ன செய்து கொண்டிருந்தனர் என்பது போன்ற சாதாரணமான விஷயங்கள் உட்பட, அவர்கள் இருவரும் பல விஷயங்களைப் பற்றி நெடுநேரம் பேசினர். அப்போது சாணக்கியரின் நண்பர், "விஷ்ணு, நீ ஏன் திருமணம் செய்து கொள்ளக்கூடாது?" என்று கேட்டார்.

ஒரு நண்பரால் மட்டுமே இப்படி ஒரு கேள்வியை அவரிடம் கேட்கத் துணிய முடியும். தான் அக்கேள்வியைக் கேட்டதற்கான காரணத்தையும் அவர் விளக்கினார். "சரியான பெண்ணை உன்னால் கண்டுபிடிக்க முடிந்தால், திருமணம் அவ்வளவு மோசமான விஷயமாக இருக்காது. எனக்கு வாய்த்துள்ள இந்த அற்புதமான குடும்பத்துடன் நான் எவ்வளவு மகிழ்ச்சியாக இருக்கிறேன், பார்த்தாயா? நம்முடைய ரிஷிகளில் பலர்கூடத் திருமணம் செய்து கொண்டுள்ளவர்கள்தானே?"

சாணக்கியரின் வீட்டில் இருந்த ஒரே பெண் அவருடைய தாயார் மட்டும்தான். அவரும் நெடுங்காலத்திற்கு முன்பே இறந்துவிட்டதால், திருமணம் என்ற விஷயத்தைப் பற்றிப் பேசுவதற்குச் சாணக்கியருக்கு வாய்ப்பே எழவில்லை. இவ்வளவு காலத்திற்குப் பிறகு இப்போதுதான் முதன்முறையாக அவர் அதைப் பற்றிப் பேச வேண்டிய சூழ்நிலை ஏற்பட்டிருந்தது.

"நான் திருமணத்திற்கு எதிரானவன் அல்ல, ஆனால் அது எனக்குச் சரிப்பட்டு வராது," என்று அவர் கூறினார்.

"ஏன் விஷ்ணு?"

"நான் ஏற்கனவே திருமணமானவன் . . ."

"என்ன!" என்று அவருடைய நண்பர் வியந்தார்.

"நாட்டை உருவாக்குவது என்ற குறிக்கோளுக்கும், நாட்டு மக்களின் நலனுக்கும் நான் ஏற்கனவே வாழ்க்கைப்பட்டுவிட்டேன்." வார்த்தை ஜாலத்தில் சாணக்கியர் வல்லவர் என்பது அவருடைய நண்பருக்கு அப்போது நினைவுக்கு வந்தது.

"உனக்குத் திருமணம் ஆகியிருந்தாலும் உன்னுடைய குறிக்கோளையும் முன்னோக்கையும் உன்னால் அடைய முடியாதா?"

"நிச்சயமாக முடியும். ஆனால் அந்த வழியைத் தேர்ந்தெடுக்க வேண்டாம் என்று நான் தீர்மானித்திருக்கிறேன். இது என்னுடைய தனிப்பட்டத் தேர்ந்தெடுப்பு."

இந்த பதில் சாணக்கியரின் நண்பருக்குத் திருப்தியளிக்கவில்லை. "விஷ்ணு, நீ கூறும் காரணம் ஏற்றுக் கொள்ளத்தக்கது அல்ல. நீ திருமணம் செய்து கொள்ளாமல்

இருப்பதற்கு வேறு ஏதேனும் பொருத்தமான காரணத்தைக் கூறு."

சாணக்கியர் பட்டென்று இவ்வாறு பதிலளித்தார். "நான் என் ஒருமித்த கவனத்தை இழக்க விரும்பவில்லை. திருமணம் என்பது ஒரு பொறுப்பு. அதை ஓர் அரைகுறை மனத்துடன் செய்ய நான் விரும்பவில்லை."

பிறகு அவர் சற்று நேரம் நிதானித்துவிட்டு, ". . . அதே சமயத்தில், திருமணம் எனக்கு விதிக்கப்படவில்லை என்பதும் ஒரு காரணமாக இருக்கலாம். அல்லது, என்னைத் திருமணம் செய்து கொள்ள யாரும் விரும்பாததும் ஒரு காரணமாக இருக்கலாம் . . . ஒருவேளை, கடவுள் எனக்கு வேறு ஏதேனும் திட்டங்கள் வைத்திருக்கக்கூடும்," என்று கூறினார்.

"போதும் விஷ்ணு! உன் நாடகத்தை நிறுத்து!" என்று அவருடைய நண்பர் கூறியவுடன், இருவரும் வாய்விட்டுச் சிரித்தனர். இறுதியில், "திருமணம் செய்து கொள்ள உனக்கு விருப்பமில்லை என்றால் இப்படியே இருந்து கொள்," என்று சாணக்கியரின் நண்பர் கூறினார்.

அவர்கள் இருவரும் கடந்தகாலத்தை நினைவுகூர்ந்து, பல்வேறு விஷயங்களைப் பற்றிக் கலந்துரையாடுவதில் மூழ்கிப் போயினர். இவர்களுக்கு இரவு ஒருபோதும் முற்றுப்பெறாது என்பதுபோலத் தோன்றியது. ஆனால் சாணக்கியரைப் பற்றி அவருடைய நண்பர் ஒரு விஷயத்தைப் புரிந்து கொண்டார். சாணக்கியரின் வாழ்க்கைக் குறிக்கோள் என்று வந்தபோது, அங்கு எந்தவிதமான கவனச்சிதறலுக்கும் இடமில்லை என்பதையும், அவருடைய இலக்குகள்மீதுதான் அவருடைய முழு கவனமும் குவிந்திருக்கும் என்பதையும் அவர் உணர்ந்து கொண்டார்.

உள்நோக்குகள்

♦ ஒருவன் எவ்வளவு பெரிய மனிதனாக இருந்தாலும் சரி, தான் மனம்விட்டுப் பேசுவதற்கு யாரோ ஒருவர் அவனுக்கு நிச்சயமாக இருப்பார்கள்.

♦ திருமணம் என்பது ஓர் அற்புதமான உறவு. ஆனால் அது ஒருவருடைய தனிப்பட்ட விருப்பமாகும்.

♦ மாபெரும் மக்கள் தங்களுடைய வாழ்க்கைக் குறிக்கோள் குறித்து முற்றிலும் தெளிவாக இருக்கின்றனர். அவர்கள் அதற்காகவே வாழ்கின்றனர். மற்றவர்கள், வாழ்க்கைக்கு ஒரு குறிக்கோள் இருக்கிறதா இல்லையா என்று யோசித்துக் கொண்டிருக்கின்றனர்.

அத்தியாயம் 6

சாணக்கியரின் கச்சிதமான அரசன்

ஆச்சாரியார் நீதி

சாதாரணமான அரசர்களும் இருக்கிறார்கள், கச்சிதமான அரசர்களும் இருக்கிறார்கள். எல்லா அரசர்களும் கச்சிதமானவர்களாக இருப்பதில்லை. சிலர் பலவீனமாக இருக்கின்றனர், சிலர் ஒழுக்கக்கேடு கொண்டவர்களாக இருக்கின்றனர், சிலர் கொடுங்கோலர்களாக இருக்கின்றனர், மற்றவர்கள் எந்தத் தலைமைத்துவத் திறமையும் இல்லாமல் பெயரளவுக்குஅரசர்களாக இருக்கின்றனர்.

ஒரு நிறுவனம், ராஜ்யம், அல்லது நாட்டின் தலையெழுத்து, அது எந்த வகையான தலைவனைக் கொண்டுள்ளது என்பதையே முற்றிலுமாகச் சார்ந்துள்ளது. ஒரு நல்ல ஆட்சியாளன் மாற்றத்தை ஊக்குவிக்கிறான். ஆனால் ஒரு மோசமான ஆட்சியாளன், திறந்திருக்கும் கதவுகளைக்கூட மூடிவிடுகிறான்.

சாணக்கியர் இவற்றைப் பற்றியெல்லாம் நன்றாக அறிந்திருந்தார். எனவே, நம்முடைய மறைநூல்களில் கொடுக்கப்பட்டுள்ள தலைமைத்துவ எதிர்பார்ப்புகளை அவர் கற்றறிந்திருந்தார். அர்த்தசாஸ்திரங்களின் முந்தைய ஆசிரியர்களை ஆய்வு செய்திருந்த அவர், தன்னுடைய சொந்த நிர்வாக அமைப்புமுறையை உருவாக்கினார்.

சாணக்கியர் சந்திரகுப்தனை வெறுமனே ஓர் அரசனாக ஆக்க விரும்பவில்லை. அவர் அவனை ஒரு கச்சிதமான அரசனாக ஆக்க விரும்பினார். குருகுல நாட்களில் 'ராஜரிஷி' என்ற கோட்பாட்டைப் பற்றி அவர் தன் மாணவர்களிடம் அடிக்கடிப் பேசினார். இப்போது சந்திரகுப்தன் அரியணை ஏற்றிருந்ததால், ஒரு சாதாரண அரசனாக இருப்பதற்கு பதிலாக ஒரு கச்சிதமான அரசனாக இருப்பதன் முக்கியத்துவத்தை அவன் புரிந்து கொள்ள வேண்டும் என்று அவர் விரும்பினார்.

ஆச்சாரியார் கதை

ஒருமுறை, அவர்கள் இருவரும் கலந்துரையாடிக் கொண்டிருந்தபோது, சாணக்கியர் திடீரென்று, "ஒரு கச்சிதமான அரசன் தான் எப்படிப்பட்டவனாக இருக்க வேண்டும் என்று விரும்ப வேண்டும் என்று உனக்கு நினைவிருக்கிறதா?" என்று கேட்டார்.

தன்னுடைய குருகுல நாட்களை நினைத்துப் பார்த்தச் சந்திரகுப்தன், "அவன் ஒரு ராஜரிஷியாக ஆக விரும்ப வேண்டும்," என்று பதிலளித்தான்.

"அதை எப்படிச் செய்ய வேண்டும் என்று உனக்குத் தெரியுமா?"

சந்திரகுப்தன் மௌனமானான். வெறுமனே நீச்சல் பற்றிய அனைத்துக் கோட்பாடுகளையும் கற்றுக் கொண்ட பிறகு ஒருநாள், திடீரென்று நீங்கள் நீச்சல் குளத்திற்குள் தள்ளப்பட்டு, "உனக்கு நீச்சல் தெரியுமா?" என்று உங்களிடம் கேட்கப்படுவதைபோல இருந்தது இது. சாணக்கியரின் கேள்விக்கான பதில் அவனுக்குத் தெரிந்திருக்கவில்லை என்பதை அவனுடைய முகம் காட்டிக் கொடுத்தது. அவர்கள் இருவரும் அரண்மனைத் தோட்டங்களின் வழியாக நடந்து சென்று கொண்டிருந்தபோது, "நம்முடைய பாரம்பரியப்படி, பல்வேறு வகையான ராஜரிஷிகள் இருக்கின்றனர் என்பது உனக்குத் தெரியுமா?" என்று சாணக்கியர் கேட்டார்.

ஆச்சாரியார் இப்போது தனக்கு ஒரு வகுப்பு நடத்திக் கொண்டிருந்தாரோ என்ற எண்ணம் சந்திரகுப்தனுக்கு ஏற்பட்டது.

சாணக்கியர் தொடர்ந்தார். "சில ஆட்சியாளர்கள் முதலில் அரசர்கள், பிறகுதான் அறிஞர்கள். மற்றவர்கள் தாங்கள் அறிஞர்களாக இருப்பதால் அரசர்களாக ஆகின்றனர்."

நல்ல ஆசிரியர்கள் என்பவர்கள் எதுவொன்றையும் எடுத்துக்காட்டுகளுடன் விளக்குவர். சாணக்கியரும் இதற்கு விதிவிலக்கு அல்ல. "ராமாயணத்தில் சீதையின் தந்தையான ஜனக மன்னன், பிந்தைய வகையைச் சேர்ந்த ராஜரிஷி. அவன் ஓர் அரசனின் உடையில் இருந்த ஒரு துறவியாவான்."

"ஆம், ஜனக மன்னன் ஒரு கச்சிதமான அரசனுக்கான ஒரு பிரபலமான எடுத்துக்காட்டு என்பது உண்மைதான்," என்று சந்திரகுப்தன் நினைத்தான்.

"இன்னொருவன் ஒரு ராஜ வாழ்க்கை வாழ்கின்ற ஒரு ரிஷியாவான். அவன் தன் ஞானம் மற்றும் அறிவின் காரணமாக அந்த வாழ்க்கையை வாழ்கிறான். அவன் வசதியாகவும் சிறப்போடும் வாழ்கிறான், ஆனால் நம்முடைய மறைநூல்களில் அவன் வேரூன்றியிருக்கிறான்."

இது போன்ற ஓர் அரசனைச் சந்திரகுப்தனால் நினைத்துப் பார்க்க முடியவில்லை.

சாணக்கியர் தொடர்ந்தார். "இந்த வகையான ரிஷி, அரசனுக்கு வழிகாட்டுகிறார். அவர் மிகவும் சக்திவாய்ந்தவராக இருக்கிறார். ஆட்சியில் இருக்கின்ற அரசனைக்கூட அவரால் தூக்கியெறிய முடியும். ஆனாலும், அவர் முதலில் ஒரு ரிஷியாகவும் பிறகு ஒரு நிர்வாகியாகவும் இருப்பதால், அவர்

அப்படிப்பட்ட மலிவான அரசியலுக்கு அப்பாற்பட்டவராக இருக்கிறார்."

தான் ஓர் அரசனைப் பற்றி சிந்தித்துப் பார்த்திருக்கக்கூடாது, மாறாக, அரசர்களை உருவாக்குகின்ற ஆற்றல் படைத்த, தன் முன்னால் நின்று கொண்டிருந்த தன் குருவைப் பற்றித்தான் சிந்தித்திருக்க வேண்டும் என்பதைச் சந்திரகுப்தன் இப்போது புரிந்து கொண்டான். நாட்டின் அதிகார மையத்தில் இருந்த அவர், ஒரு துறவியாகவும் இருந்தார். உலகம் நெடுகிலும் இருந்து அரசர்கள் அவருடைய அறிவுரையை நாடி வந்தனர்.

ஆனால் சாணக்கியர் சந்திரகுப்தனிடம், "இந்த இரண்டு வகையான ராஜரிஷிகளிடையே உள்ள பொதுவான அம்சம் என்ன?" என்று கேட்டார்.

பிறகு அக்கேள்விக்கு அவரே பதிலளித்தார். "முழுமையான பற்றின்மை. இருவருமே தங்களைச் சூழ்ந்துள்ள அதிகாரத்தின்மீது பற்றற்று இருக்கின்றனர். இறுதியில், கடவுள் என்ற ஓர் உயர்ந்த சக்தி இருக்கிறது என்பதை அவர்கள் புரிந்துள்ளனர். கடவுள் சர்வவல்லமை வாய்ந்தவர். நம்மிடம் இருக்கின்ற சக்தியை அவர்தான் நமக்குக் கொடுத்திருக்கிறார்."

மறுநாள், அரசவை நடவடிக்கைகள் துவங்கவிருந்தன. சந்திரகுப்தன் வழக்கம்போலக் குறித்த நேரத்தில் அங்கு வந்துவிட்டான். ஆனால் அன்று, தன்னுடைய ஆச்சாரியார் தனக்கு முன்பாகவே அங்கு வந்து உட்கார்ந்திருந்ததைக் கண்டு அவன் ஆச்சரியமடைந்தான். ஓர் அரசன்தான் தன் குருவை வரவேற்க வேண்டும் என்பது வழக்கம். ஆனால் இம்முறை, குரு முதலில் வந்திருந்தார். எனவே, சந்திரகுப்தன் அவரை நோக்கி விரைந்து சென்று, அவருக்குத் தன் வணக்கத்தைத் தெரிவித்தான்.

"நான் இன்று உனக்கு ஒரு பிரத்யேகமான பரிசு கொண்டு வந்திருக்கிறேன்," என்று சாணக்கியர் கூறினார். அவையிலிருந்த எல்லோரும் இதைக் கேட்டு ஆச்சரியம் அடைந்தனர்.

"ஆச்சாரியாரே, நீங்கள் எனக்குக் கொடுக்கின்ற எதுவும் ஓர் ஆசீர்வாதம்தான்," என்று சந்திரகுப்தன் பணிவாக பதிலளித்தான்.

"நீ உன்னுடைய அறைக்குச் செல். அங்கு அப்பரிசை நீ காண்பாய். அதை நீ பயன்படுத்த வேண்டும்!" என்று சாணக்கியர் கட்டளையிட்டார்.

சந்திரகுப்தன் தன்னுடைய படுக்கையறைக்குச் சென்றபோது, அங்கு ஒரு பொட்டலம் இருந்ததைக் கண்டான். அவன் அதைத் திறந்தபோது, அவன் லேசாக அதிர்ச்சியடைந்தான். சாதாரணமான துணியால் செய்யப்பட்டிருந்த எளிய ஆடை ஒன்று அதனுள் இருந்தது.

"இக்கணமே நான் இதைப் பயன்படுத்த வேண்டும் என்று ஆச்சாரியார் கூறியுள்ளாரே! அப்படியென்றால், இதை நான்

அணிந்து கொள்ள வேண்டும் என்று அர்த்தமா?" என்று அவன் யோசித்தான்.

அவனுக்குப் பெரும் விரக்தி ஏற்பட்டது. வசீகரமான ஆடைகளை அணிவதில் விருப்பம் கொண்டவன் அவன். பிரம்மாண்டமும் சௌகரியமும் அவனுக்குப் பிடித்தமான விஷயங்களாக இருந்தன. அவன் எப்போதுமே மிக அருமையான துணிகளால் செய்யப்பட்ட, மிகத் திறமையான நெசவாளர்களால் நெய்யப்பட்ட, மிகச் சிறந்த தையற்காரர்களால் வடிவமைத்துத் தைக்கப்பட்ட ஆடைகளையே அணிந்தான். அவனுடைய ஆடைகளைப் பற்றி நாடே பேசியது. இப்போது இந்த எளிய ஆடையைத் தான் அணிய வேண்டுமா என்று அவன் யோசித்தான்.

அப்போது ஒரு காவலாளி அங்கு வந்து, "அரசே, நீங்கள் இந்த ஆடையை அணிந்து கொண்டு அவைக்கு வர வேண்டும் என்று ஆச்சாரியார் கூறியுள்ளார். அவை நடவடிக்கைகளைத் துவக்குவதற்காக நாங்கள் உங்களுக்காகக் காத்துக் கொண்டிருக்கிறோம்," என்று கூறினான்.

"நான் ஓர் அரசன்! என்னால் எப்படி இந்த ஆடையை அணிய முடியும்? இது இயலாத காரியம்!" என்று சந்திரகுப்தன் தன் மனத்திற்குள் பொருமினான்.

ஆனால் அவனுக்கு வேறு வழி இருக்கவில்லை. அவன் அந்த ஆடையை அணிந்து கொண்டு அரசவைக்குள் நுழையவிருந்த நேரத்தில், அவன் ஒரு சாதாரண நபர் என்று நினைத்து வாயிற்காப்போன்கள்கூட அவனைத் தடுத்துவிட்டனர். அவர்களைத் தாண்டி அரசவைக்குள் அவன் நுழைந்தபோது, அவன் மீண்டும் அதிர்ச்சியடைந்தான். சாணக்கியர் அவனுடைய அரியணையின்மீது அமர்ந்திருந்தார்!

"நான் இன்று ஒருநாள் அரசனாக இருக்கப் போகிறேன். நீ ஒரு சாதாரணமான நபராக இருக்க வேண்டும். அவையின் கடைசி வரிசையில் போய் அமர்ந்து கொள்," என்று சாணக்கியர் ஓர் அதிகாரத் தோரணையுடன் கட்டளையிட்டார்.

சந்திரகுப்தன் இதுபோன்றஒருதர்மசங்கடமான சூழ்நிலையை இதற்கு முன்பு ஒருபோதும் எதிர்கொண்டிருக்கவில்லை. ஆனாலும் அவன் தன் குருவை முழுமையாக நம்பினான். அன்றைய நாளின் முடிவில் அவன் தன் அறைக்குத் திரும்பியபோது, அங்கு இன்னொரு பொட்டலம் இருந்ததை அவன் கண்டான். அதனுள் இருந்த பொருள் அவனை மேலும் ஆச்சரியப்படுத்தியது. சந்திரகுப்தனின் விருப்பத்திற்கு ஏற்றாற்போன்ற ஓர் அருமையான ஆடை அதனுள் இருந்தது. அது அவனுக்குப் பிடித்தமான நிறத்திலும் வடிவமைப்புடனும் இருந்தது. அவனுக்குப் பிடித்தமான வாசனைத் திரவியமும் அதில் தெளிக்கப்பட்டிருந்தது.

அவன் திரும்பியபோது, சாணக்கியர் தனக்குப் பின்னால் நின்று கொண்டிருந்ததை அவன் கண்டான். “நாளைக்கு இதை அணிந்து கொண்டு அரசவைக்கு வா. இந்த ஆடையில் நீ மிகவும் வசீகரமாக இருப்பாய்,” என்று அவர் கூறினார்.

பிறகு, “ஓர் அரசனாக இருப்பதில் எனக்கு ஆர்வமில்லை. இதே பற்றின்மை உணர்வுடன் நீ ஆட்சி செய்ய வேண்டும் என்று நான் விரும்புகிறேன். நீ ஓர் அரண்மனையில் வாழ வேண்டும், ஆனால் அதே சமயம், உன்னைச் சூழ்ந்துள்ள ஆடம்பரங்கள்மீது நீ தொடர்ந்து பற்றின்றி இருக்க வேண்டும். கடவுள்தான் உன்னை அரசனாகத் தேர்ந்தெடுத்துள்ளார் என்பதை நினைவில் வைத்துக் கொள். நீ எந்த வேலை செய்தாலும், அதைச் சிறப்பாகச் செய்,” என்று அவர் கூறினார்.

உள்நோக்குகள்

- கோட்பாட்டை நடைமுறையில் செயல்படுத்துவது சிரமமான விஷயம்தான். ஆனால், கோட்பாடும் நடைமுறைச் செயல்பாடும் ஒன்றிணைந்து செல்ல வேண்டியது இன்றியமையாதது.

- உங்களுடைய உடமைகள் அனைத்தையும் விட்டுக்கொடுக்கத் தயாராக இருங்கள். இதை அவ்வப்போது கடைபிடித்துப் பழகுங்கள். ஆடம்பரமாக வாழுங்கள், ஆனால் ஆடம்பரம் உங்கள் இலக்காக இருக்க ஒருபோதும் அனுமதிக்காதீர்கள். ஆடம்பரம் இருந்தாலும் சரி, இல்லாவிட்டாலும் சரி, நீங்கள் முழுமையானவர் என்ற உணர்வு உங்களுக்கு ஏற்பட வேண்டும்.

- உண்மையிலேயே சக்திவாய்ந்த மக்கள், தங்கள் அதிகாரத்தைச் செயல்படுத்துவதற்கு ஒரு பதவியில் இருக்க வேண்டிய தேவை இல்லை. ஒரு பொன் அரியணையிலிருந்து அவர்களால் எப்படி ஆட்சி செய்ய முடியுமோ, ஓர் ஆசிரமத்திலிருந்தும் அதேபோல அவர்களால் ஆட்சி செய்ய முடியும்.

அத்தியாயம் 7

நாடும் ராஜ்யமும்

ஆச்சாரியார் நீதி

'ஒன்றாகச் சேர்ந்திருத்தல்' என்பதன் முதல் கோட்பாட்டைத் தன் 'குடும்பம்' என்ற அமைப்பின் வாயிலாகத்தான் ஒரு குழந்தை புரிந்து கொள்கிறான். அடுத்து, சமூகம் என்ற கோட்பாட்டை அவன் புரிந்து கொள்கிறான். அடுத்து அவன் திருமணம் செய்து கொண்டு, தனக்குச் சொந்தமான ஒரு குடும்பத்தைத் துவக்குகிறான். அடுத்து, 'நாடு' என்ற கோட்பாட்டை அவன் அறிகிறான். இது ஒருவிதமான நாட்டுப்பற்று உணர்வை அவனுள் விதைக்கிறது. இப்படி மெதுவாகவும் சீராகவும் அவனுடைய அடையாளம் பெரிதாக வளர்கிறது. தான், தன் குடும்பம், ஒரு சமூகம், பிறகு ஒரு நாடு என்று அவனுடைய அடையாளம் விரிவடைகிறது.

இந்த உயர்ந்த அடையாளங்களை ஒரு தனிநபரிடத்தில் எப்படி நிலைப்படுத்துவது என்பதைச் சாணக்கியர் அறிந்திருந்தார். சந்திரகுப்தன் உட்பட எல்லோரும் எப்போதாவது அதை மறந்தனர். அவர்களுக்கு அதை நினைவுபடுத்த வேண்டியது அவருடைய வேலையாக இருந்தது.

ஆச்சாரியார் கதை

அப்படிப்பட்ட ஒரு சம்பவம், ஒருநாள் மாலையில் சந்திரகுப்தன் தன்னுடைய இளநிலை அமைச்சர் ஒருவருடன் உரையாடிக் கொண்டிருந்தபோது நிகழ்ந்தது. சந்திரகுப்தன் இப்போது ஒரு புதிய நாட்டின் பேரரசனாக இருந்தான். தன்னுடைய நாட்டை எப்படி வளர்த்தெடுப்பது என்பது குறித்த உத்திகளைப் பற்றி அவன் அந்த அமைச்சரோடு கலந்துரையாடிக் கொண்டிருந்தான்.

இந்த சந்திப்பில் சாணக்கியர் தேவைப்படாததால், அவர் அங்கு வரவில்லை. ஆனால், அங்கு என்ன நடந்திருந்தது என்பது அவருக்குத் தெரிந்திருந்தது.

"சந்திரகுப்தன் சிறப்பாகச் செயல்பட்டுக் கொண்டிருக்கிறான். ஆனால், எல்லாவற்றையும் உள்ளடக்கிச் சிந்திப்பதில் அவனுக்கு இன்னும் பயிற்சி தேவைப்படுகிறது," என்று நினைத்தச் சாணக்கியர் தனக்குள் புன்னகைத்துக் கொண்டார்.

மறுநாள், அவர் சந்திரகுப்தனோடு இருந்தபோது, "நாட்டை உருவாக்குவதற்கான உன்னுடைய திட்டம் எப்படிப் போய்க் கொண்டிருக்கிறது?" என்று கேட்டார்.

"நன்றாகப் போய்க் கொண்டிருக்கிறது. நேற்று நாங்கள் ஒரு நல்ல பட்ஜெட்டைத் தயாரித்தோம்," என்று சந்திரகுப்தன் திருப்தியோடு பதிலளித்தான்.

"இம்முறை நாம் எதன்மீது செலவு செய்யத் திட்டமிட்டிருக்கிறோம்?"

"நம்முடைய ராஜ்யமான மகதத்தின்மீதும் அதன் தலைநகரான பாடலிபுத்திரத்தின்மீதும்!"

"பள்ளிக்கூடங்கள் எங்கே கட்டப்படும்?"

"மகத ராஜ்யத்தைச் சுற்றிக் கட்டப்படும். முக்கியமான பல்கலைக்கழகங்கள் நம்முடைய தலைநகரத்தில் இருக்கும்."

தன்னுடைய திட்டத்தைக் கேட்டுச் சாணக்கியர் பூரிப்படைவார் என்று எதிர்பார்த்தச் சந்திரகுப்தனுக்கு ஏமாற்றம்தான் மிஞ்சியது. "தற்காப்பு ஏற்பாடுகள் குறித்து என்ன செய்யத் திட்டமிட்டிருக்கிறாய்? அவை எங்கே நிர்மாணிக்கப்படும்?" என்று சாணக்கியர் கேட்டார்.

சந்திரகுப்தன் சற்று எரிச்சலடைந்தான். "மகத ராஜ்யத்தில்தான். குறிப்பாக, பாடலிபுத்திரத்தில் அவற்றை நிர்மாணிக்கத் திட்டமிட்டுள்ளேன். ஆச்சாரியாரே, தலைநகரத்தின்மீதுதானே கவனம் செலுத்தப்பட வேண்டும்?" என்று அவன் கேட்டான்.

சாணக்கியர் எந்த உணர்ச்சியையும் வெளிக்காட்டிக் கொள்ளாமல் அவனை நேராகப் பார்த்து, "மகதத்தையும் பாடலிபுத்திரத்தையும் தவிர வேறு இடங்களுக்கு நீ ஏதேனும் திட்டம் வைத்திருக்கிறாயா?" என்று கேட்டார்.

இதனால் சற்றுக் குழப்பமடைந்த சந்திரகுப்தன், "இல்லை. முக்கிய ராஜ்யத்தையும் அதன் தலைநகரத்தையும் நாம் சிறப்பாக உருவாக்கிவிட்டால், மற்ற எல்லா இடங்களும் தாமாகவே சரியாகவிடும் என்று நாங்கள் நம்புகிறோம்," என்று கூறினான்.

சாணக்கியர் சிறிது நேரம் மௌனமாக இருந்தார். பிறகு, "நான் உனக்கு ஒரு விஷயத்தை நினைவுபடுத்த விரும்புகிறேன். நான் உன்னை பாரதத்தின் பேரரசனாக ஆக்கியுள்ளேன், வெறுமனே மகத ராஜ்யத்தின் அரசனாக அல்ல. ஆனால் நீ மகத ராஜ்யத்தின்மீதும் அதன் அற்புதமான தலைநகரமான பாடலிபுத்திரத்தின்மீதும் தீராக் காதல் கொண்டுள்ளதுபோலத் தெரிகிறது," என்று கூறினார்.

சந்திரகுப்தன் தலைகுனிந்தான்.

"முதலில், ஒரு ராஜ்யத்தைப் பற்றிப் புரிந்து கொண்டுள்ள அளவுக்கு யாரும் ஒரு நாட்டைப் பற்றிப் புரிந்து கொள்வதில்லை. நான் இதை உனக்கு விளக்குகிறேன். ஒரு நாடு என்பது ஒரு

விரிவான கோட்பாடு. சிறிய மற்றும் பெரிய ராஜ்யங்கள் அனைத்தையும் ஒரு மைய ஆட்சி மற்றும் தலைமைத்துவத்தின்கீழ் கொண்டுவருவதைப் பற்றியது அது." (இன்றுகூட, உலக வரலாற்றில், ஒரு ராஜ்யம் என்பதைத் தாண்டி, ஒரு நாடு என்ற கோட்பாட்டை முதலில் அறிமுகப்படுத்தியவர்களில் சாணக்கியரும் ஒருவர் என்பது பலருக்குத் தெரியாது.)

சாணக்கியர் தன் விளக்கத்தைத் தொடர்ந்தார். "இவ்வாறு செய்வதன் மூலம், ராணுவம், கருவூலம் ஆகிய பொதுவளவசதிகளை அனைவருடைய நலனுக்காகவும் நம்மால் பயன்படுத்த முடியும். வெளியிலிருந்து ஏதேனும் எதிரி தாக்கினால், பெரிய மற்றும் சிறிய ராஜ்யங்களுக்குக்கூடக் கூட்டு ராணுவ உதவி கிடைக்கும். நாம் ஒரு பொது நாணயத்தை அறிமுகப்படுத்தி நாணயங்களை உற்பத்தி செய்தால், எல்லா இடங்களிலும் ஒரு குறிப்பிட்ட வேலைக்கு ஒரு குறிப்பிட்ட ஊதியத்தை நம்மால் நிர்ணயித்துக் கொள்ள முடியும். நம்முடைய பொருளாதார மதிப்பு உயரும். அப்போது, சமூகத்தின் ஒவ்வோர் உறுப்பினருக்கும் ஓர் உயர்ந்த பொருளாதார நன்மை கிடைக்கும்.

"இரண்டாவதாக, ஒரு தேசியத் திட்டத்தை உருவாக்கியபோது, பிற ராஜ்யங்களின் நலனை நீ கருத்தில் கொள்ளவில்லை. பள்ளிக்கூடங்கள், தற்காப்பு அமைப்புகள் போன்ற அனைத்து அனுகூலங்களையும் மகத ராஜ்யத்திற்கு மட்டுமே நீ ஒதுக்கியிருக்கிறாய்.

"நாட்டின் ஒட்டுமொத்த வளர்ச்சியை நீ பார்க்க வேண்டுமே தவிர, மகத ராஜ்யத்தின் வளர்ச்சியை மட்டும் அல்ல. அது மிகவும் குறுகியதொரு மனப்போக்காகும்."

தன் குரு கூறிக் கொண்டிருந்த அனைத்தும் உண்மை என்பதை அறிந்து கொண்ட சந்திரகுப்தன், அமைதியாக கவனிக்கலானான்.

"ஒட்டுமொத்த நாட்டின் வரைபடம் ஒன்றை எடுத்துக் கொண்டு ஓரிடத்தில் அமர்ந்து கொள். அதிலுள்ள ஒவ்வொரு ராஜ்யத்தையும் பார். பிறகு, அவற்றின் வளர்ச்சிக்கான நிதிகளை ஒதுக்கு. அப்போதுதான் ஒட்டுமொத்த நாட்டைப் பற்றிய ஒரு கண்ணோட்டமும் அதற்கான ஒரு திட்டமும் உனக்குக் கிடைக்கும்."

அப்போது சந்திரகுப்தனின் மனத்தில் ஒரு கேள்வி முளைத்தது. "அனைத்து ராஜ்யங்களுக்கும் கொடுக்கும் அளவுக்கு என்னிடம் வளவசதிகளும் ராணுவ வீரர்களும் இல்லாமல் போனால் என்ன செய்வது?" என்று அவன் கேட்டான்.

சாணக்கியர் இதைக் கேட்டு மகிழ்ந்தார். "இது ஒரு நல்ல கேள்வி. உன்னிடம் போதுமான ராணுவ வீரர்கள் இல்லாமல் போனால், உள்ளூர் மக்களின் உதவியுடன் ஒரு குழுவை உருவாக்கு. பாடலிபுத்திரத்தில் கொடுக்கப்படுகின்ற வகையான

தரமான பயிற்சியை அவர்களுக்குக் கொடு. இவ்வழியில், ஆபத்தை எதிர்கொள்வதற்கு எல்லோரும் சம அளவில் தயாராக இருப்பார்கள்.

"மக்கள் தங்கள் சொந்த நாட்டையும் ராஜ்யத்தையும் பாதுகாக்க எப்போதும் அர்ப்பணிப்புடன் இருப்பார்கள். ஓர் எதிரியை எதிர்த்துச் சண்டையிடுவதற்கு அவர்கள் தங்களால் இயன்றதைவிடக் கூடுதலாகச் செய்வார்கள்."

பிறகு, சாணக்கியர் ஓர் இறுதி அறிவுரையை அவனுக்குக் கொடுத்தார். "நாடு நெடுகிலும் உள்ள முதியவர்கள், பெண்கள், குழந்தைகள், நோயாளிகள் ஆகியோர் சம அளவில் கருத்தில் எடுத்துக் கொள்ளப்பட வேண்டும். இதில் பாரபட்சம் காட்டப்படக்கூடாது. அப்போதுதான், நீ உண்மையிலேயே தங்கள் நலனுக்காகவும் நன்மைக்காகவும் செயல்பட்டுக் கொண்டிருக்கிறாய் என்பதைக் குடிமக்கள் அறிவார்கள்."

தேசிய விவகாரங்கள் தொடர்பான சந்திப்புக்கூட்டங்களை எப்படி நடத்த வேண்டும் என்பதைச் சந்திரகுப்தன் இப்போது புரிந்து கொண்டான்.

உள்நோக்குகள்

- ஒரு தலைவன் என்ற முறையில் உங்களுடைய பங்கு என்ன என்பதைப் புரிந்து கொள்ளுங்கள். நீங்கள் உங்களுக்காகவும் உங்களுடைய நெருங்கிய வட்டத்திற்காகவும் மட்டுமல்லாமல், எல்லோருக்காகவும் சிந்திக்கவும் திட்டமிடவும் வேண்டும்.

- ஒரு நாட்டில், பொது வளவசதிகளை நாம் பகிர்ந்து கொள்கிறோம். எனவே, நாட்டை உருவாக்குவதை நோக்கி ஒவ்வொருவரும் செயல்படுகின்றனர். ஒரு நாட்டின் முன்னேற்றம்தான் ஒவ்வொருவருடைய முன்னேற்றமும் ஆகும். ஆனால், ஒரு தனிநபரின் முன்னேற்றம், மற்றவர்களுக்கும் இந்த நாட்டிற்குமான முன்னேற்றமாக இல்லாமல் போகக்கூடும்.

- ஓர் ஆசிரியர் என்பவர் அனைத்துக் குடிமக்களுக்கும் தேசிய விழிப்புணர்வைக் கொண்டுவர வேண்டும். மிக முக்கியமாக, அரசர்களுக்கும் தலைவர்களுக்கும் அவர் அந்த விழிப்புணர்வைக் கொண்டுவர வேண்டும்.

அத்தியாயம் 8

உங்கள் அகங்காரத்தை ஒதுக்கி வையுங்கள்

ஆச்சாரியார் நீதி

சில சமயங்களில், அதிகாரத்தில் இருப்பவர்கள் தங்களுக்கு மேலே யாரும் இல்லை என்று நம்பத் தொடங்கிவிடுகின்றனர். அப்படிப்பட்ட ஒரு மனப்போக்கு அவர்களிடம் வந்துவிடுகிறது. அத்தகைய நபர்களை நல்லவர்களும் பின்பற்றுகின்றனர், மோசமானவர்களும் பின்பற்றுகின்றனர். நல்லவர்கள் அவர்களுக்கு ஆழமான அறிவுரைகளைக் கொடுக்கின்றனர், ஆனால் மோசமானவர்கள் அவர்களை வைத்துத் தங்கள் காரியங்களைச் சாதித்துக் கொள்வதற்காக அவர்களுக்குத் தங்கள் ஆதரவைக் கொடுக்கின்றனர்.

ஓர் அறிவார்ந்த தலைவன், எல்லோர் கூறுவதையும் காதுகொடுத்துக் கேட்க வேண்டும். ஆனால் நல்ல நோக்கத்திற்கும் தீய நோக்கத்திற்கும் இடையேயான வேறுபாட்டை புரிந்து கொள்வதற்கான திறன் அவனுக்கு இருக்க வேண்டும். எது அவனை வளர்த்தெடுக்கிறது, எது அவனை நாசமாக்குகிறது என்பதை இந்த அறிவுதான் தீர்மானிக்கிறது.

ஆச்சாரியார் கதை

சந்திரகுப்தன் அதிகார விளையாட்டைப் புரிந்து கொள்வதற்கான பயிற்சியில் இன்னும் ஈடுபட்டிருந்தான். மாண்புமிக்க அறிவுரையாளர்களையும், தங்கள் இதயங்களில் கெடுநோக்கைக் கொண்டிருந்த நபர்களையும் அவனால் இன்னும் வேறுபடுத்திப் பார்க்க முடியவில்லை.

ஒருநாள், கெடுநோக்குக் கொண்ட சிலர் ஒரு குழுவாக அவனிடம் வந்து, "அரசே, நாங்கள் உங்களுக்கு ஒரு செய்தி கொண்டு வந்திருக்கிறோம்," என்று கூறினர்.

"என்ன செய்தி?"

"அரசே, நீங்கள் எங்களை மன்னிக்க வேண்டும். ஆனால், இந்த ராஜ்யத்தை நீங்கள் ஆட்சி செய்து கொண்டிருக்கும் விதத்தைக் கண்டு நம்முடைய குடிமக்கள் அனைவரும் சிரித்துக் கொண்டிருக்கின்றனர்," என்று அவர்கள் சற்றுப் பரிகாசத்தோடு கூறினர்.

"ஏன் அவர்கள் சிரிக்கின்றனர்? அவர்கள் எது குறித்து மகிழ்ச்சியற்று இருக்கின்றனர்?"

"நீங்கள் இன்னொருவரால் கட்டுப்படுத்தப்பட்டுக் கொண்டிருப்பதாக அவர்கள் நினைக்கின்றனர்."

"கட்டுப்படுத்தப்பட்டுக் கொண்டிருக்கிறேனா? நானா? யாரால்?"

"ஆச்சாரியார் சாணக்கியர் உங்களைக் கட்டுப்படுத்திக் கொண்டிருப்பதாகக் குடிமக்களிடையே ஒரு கிசுகிசுப்பு நிலவுகிறது," என்று அவர்களில் ஒருவன் கூறினான்.

"அரசே, சாணக்கியரின் கைகளில் நீங்கள் ஒருகைப்பாவையாக இருப்பதுபோலத் தெரிகிறது. நீங்கள் சொல்கின்ற மற்றும் சிந்திக்கின்ற விஷயங்கள்கூட அவரால் முடிவு செய்யப்படுகின்றன, அவரால் முன்கூட்டியே திட்டமிடப்படுகின்றன," என்று கூறிய அவன், முத்தாய்ப்பாக, "உங்களுக்கென்று சொந்தமாக ஒரு மனம் இல்லை என்பதுபோலத் தோன்றுகிறது," என்று கூறினான்.

சந்திரகுப்தன் இதைக் கேட்டு வெகுண்டான். "என்ன துணிச்சல் உனக்கு! எனக்கென்று சொந்தமாக ஒரு மனம் இருக்கிறது. இந்த ராஜ்யத்தை ஆட்சி செய்வதற்குப் போதுமான அறிவு எனக்கு இருக்கிறது. நம் குடிமக்கள் என்ன நினைத்துக் கொண்டிருக்கின்றனர்? எதுவும் செய்யாமல் வெறுமனே இந்த அரியணையில் கொலுவீற்றிருக்கின்ற ஒரு சிந்தனையற்ற அரசன் நான் என்று அவர்களுக்கு நினைப்பா? சாணக்கியரின் அறிவுரை இல்லாமலேயே என்னால் சொந்தமாகத் தீர்மானங்களை எடுக்க முடியும் என்பதை நான் அவர்களுக்கு நிரூபித்துக் காட்டுகிறேன்," என்று கூறிய சந்திரகுப்தன், கோபத்தோடு அங்கிருந்து வெளியேறினான். அவனைப் பார்க்க வந்திருந்தோர் அனைவரும் புன்னகைத்தனர். ஏனெனில், அவர்கள் எதற்காக வந்திருந்தார்களோ, அது தங்களுக்குக் கிடைத்திருந்ததை அவர்கள் அறிந்து கொண்டனர்.

சந்திரகுப்தனின் மனத்தில் அவர்கள் நிரப்பியிருந்த விஷம் இன்னும் வளர்ந்து கொண்டிருந்தது. அவன் நிலையின்றித் தவித்தான், தன்னிடமிருந்தே விலகி இருந்தான். அவனுக்குள் அகங்காரம் உருவாகியிருந்தது.

வாரத்திற்கு ஒருமுறை, சாணக்கியரும் சந்திரகுப்தனும் சாணக்கியரின் ஆசிரமத்தில் சந்தித்துத் தத்துவரீதியாகக் கலந்துரையாடுவது வழக்கமாக இருந்தது. ஆனால் அந்த வாரம், சாணக்கியர் சிறிது நேரம் காத்திருந்தார், ஆனால் சந்திரகுப்தன் வரவில்லை. இப்படிப்பட்ட ஒரு விஷயம் இப்போதுதான் முதன்முறையாக நிகழ்ந்திருந்ததால், ஏதோ தவறு நிகழ்ந்திருந்ததைச் சாணக்கியர் உணர்ந்து கொண்டார். ஆனால் அவர் அது குறித்து நடவடிக்கை எதுவும் எடுக்கவில்லை. மறுவாரமும் இதேபோல நிகழ்ந்தது. அதற்கடுத்த வாரமும் அதே கதைதான். பிறகு, என்ன நிகழ்ந்து கொண்டிருந்தது என்பதைக் கண்டுபிடிப்பதென்று சாணக்கியர் தீர்மானித்தார்.

சிறிது விசாரித்தப் பிறகு, என்ன நிகழ்ந்திருந்தது என்பதை அவர் உணர்ந்து கொண்டார்.

மறுவாரம், தன்னுடைய ஆசிரமத்தில் சந்திரகுப்தனின் வரவுக்காகக் காத்திருப்பதற்கு பதிலாக, சாணக்கியர் நேராக அரண்மனைக்குச் சென்றார். அப்போது, அரசன் தன்னுடைய அமைச்சர்களுடன் அமர்ந்து பேசிக் கொண்டிருந்ததை அவர் கண்டார். சாணக்கியரைக் கண்டவுடன் அவர்கள் எல்லோரும் ஆச்சரியமடைந்து, தங்கள் இருக்கைகளைவிட்டு எழுந்தனர்.

சந்திரகுப்தனின் மோசமான அறிவுரையாளர்கள் மகிழ்ச்சியாக இருந்தனர். ஏனெனில், இப்போது அவன்மீது அவர்களால் தாக்கம் ஏற்படுத்த முடிந்தது. ஆனால், அரசன் தன்னுடைய குருவையும் அவருடைய அறிவார்ந்த வார்த்தைகளையும் இழந்து தவித்தான். ஆனாலும், அவனுடைய அகங்காரம் காயப்பட்டிருந்தது. தன்னுடைய விரக்தியை வெளிப்படுத்துவதற்குக்கூட அவனுக்கு யாரும் இருக்கவில்லை.

"ஆச்சாரியாரே . . . நீங்கள் இங்கு வந்திருக்கிறீர்களே?" என்று அவன் ஆச்சரியத்துடன் கேட்டான். எது எப்படியோ, தன் குருவின்மீது அவன் கொண்டிருந்த மரியாதை எள்ளளவும் குறைந்திருக்கவில்லை. அவன் தன் அரியணையைவிட்டு இறங்கி வந்து, சாணக்கியரின் பாதங்களைத் தொட்டு வணங்கினான்.

"கடந்த ஒருசில வாரங்களாக நீ நம்முடைய சந்திப்பிற்கு வரத் தவறியிருக்கிறாய். எனவே, என்ன நிகழ்ந்திருந்தது என்பதைத் தெரிந்து கொள்வதற்காக நான் இங்கு வந்தேன்," என்று சாணக்கியர் கூறினார். அவருடைய முகத்தில் ஒரு கவலை ரேகை ஓடியது. "சந்திரகுப்தா, உன் உடம்புக்கு ஒன்றுமில்லையே?" என்று அவர் கேட்டார்.

"ஆச்சாரியாரே, நான் நலமாக இருக்கிறேன். சில நாட்களாக ஏகப்பட்ட வேலை இருந்து வருகிறது. எனவே, நம்முடைய சந்திப்புகளுக்கு என்னால் வர முடியவில்லை."

சாணக்கியர் புன்னகைத்தபடி, "சந்திரகுப்தா, நல்லதொரு காரணத்தை எனக்குக் கொடு," என்று கூறினார்.

தான் அவரிடம் வசமாகச் சிக்கியிருந்ததை அரசன் உணர்ந்து கொண்டான். இச்சூழ்நிலை உருவாகக் காரணமாக இருந்தவர்கள், யாரும் தங்களை கவனிப்பதற்கு முன்பாக அங்கிருந்து அமைதியாக நழுவ முயற்சித்தனர். ஆனால் அவர்கள் அங்கிருந்து வெளியேறுவதற்கு முன்பாக, "நில்லுங்கள்!" என்று சாணக்கியர் கட்டளையிட்டார். அவர்கள் அனைவரும் அப்படியே உறைந்துபோய் நின்றனர்.

"சந்திரகுப்தா, இவர்கள்தான் உன்னுடைய புதிய அறிவுரையாளர்களா?" என்று கேட்டச் சாணக்கியர், அவர்களுடைய முகங்களை உற்று நோக்கினார். மரணம் தங்கள் முகங்களுக்கு எதிரே தங்களை வெறித்துப் பார்த்துக் கொண்டிருந்தது போன்ற ஓர் உணர்வு அவர்களுக்கு ஏற்பட்டது.

அங்கிருந்து தப்பிப்பதற்கு ஒரு வழியைக் காட்டுமாறு அவர்கள் தவிப்போடு பிரார்த்தித்தனர்.

சாணக்கியர் ஒரு கடுமையான குரலில் இவ்வாறு கூறினார்: "சந்திரகுப்தா! நான் உன்னை அரசனாக ஆக்கியபோது, நீதான் கடவுள் என்றும், நானோ அல்லது உன் நலன் விரும்பிகளோ இனி உனக்குத் தேவையில்லை என்றும் நீ நினைக்கக்கூடிய ஒரு நாள் நிச்சயமாக வரும் என்பதை நான் அறிந்திருந்தேன். எனவே, உனக்கு பதிலாக உன் இடத்தில் அமர்ந்து ஆட்சி செய்வதற்கு நான் ஏற்கனவே சிலரைத் தயார்படுத்தி வைத்துள்ளேன். நான் கூறிய மறுகணம் உன் அரியணையில் அமர்வதற்கு அவர்களால் முடியும். ஆனால் என்னுடைய இடத்தை எடுத்துக் கொள்ள உன்னிடம் யாரேனும் இருக்கிறார்களா? உன்னை வழிநடத்துவதற்கு என்னைவிட அதிக அறிவும் திறனும் படைத்தவர்கள் யாரேனும் உன் வசம் இருக்கிறார்களா?"

சாணக்கியர் இவ்வாறு கேட்டுவிட்டுக் கோபத்தோடு வாசலை நோக்கி நடந்தார். அவர் அங்கிருந்து வெளியேறுவதற்கு முன்பாக, ஒரு கூடுதல் தகவலைத் தெரிவித்தார். "தேவர்களுக்குக்கூட குருமார்கள் இருக்கின்றனர். நீ ஒரு சாதாரண மனிதன்தான்!"

மறுவாரம், சாணக்கியரின் ஆசிரமத்திற்குச் சந்திரகுப்தன் வழக்கம்போல வந்துவிட்டான். அவர்களுடைய உரையாடலும் வழக்கம்போலத் தொடர்ந்தது.

உள்நோக்குகள்

- ஒவ்வொரு நபருக்கும் நேர்மையான தோழர்களும் நம்பகத்தன்மையற்றத் தோழர்களும் இருக்கின்றனர். ஆனால் அவர்களை வேறுபடுத்திப் பார்ப்பதற்கான திறன் ஒருவருக்கு இருக்க வேண்டும்.
- ஓர் ஆசிரியரின் அறிவுரையை யாரும் லேசாக எடுத்துக் கொள்ளக்கூடாது. உங்களுக்கு எது நல்லதோ, அதை நோக்கி உங்களை வழிநடத்துவதற்கு அவர்தான் உங்களுடைய மிகச் சிறந்த வழிகாட்டியாவார்.
- ஒருவர் உங்கள் நலன்மீது உண்மையிலேயே அக்கறை கொண்டுள்ளாரா என்பதை உறுதியாக அறிந்து கொள்ளுங்கள். அவர் உங்கள் நலனில் அக்கறை கொண்டவர் என்றால், உங்கள் அகங்காரத்தை ஓரங்கட்டி வைத்துவிட்டு, அவருடனான உங்கள் உறவைப் பேணிப் பராமரியுங்கள்.

அத்தியாயம் 9

ஓர் அரசனின் மனப்போக்கு

ஆச்சாரியார் நீதி

ஒரு தலைவன் இரண்டு முக்கியப் பண்புநலன்களைப் பெற்றிருக்க வேண்டியது அவசியம். ஒன்று, திறன். இன்னொன்று, மனப்போக்கு. திறன் இல்லாத பல தலைவர்கள் இருக்கின்றனர். செல்வாக்கினாலோ அல்லது அதிர்ஷ்டத்தினாலோ தாங்கள் தற்போது வகித்துக் கொண்டிருக்கும் பதவியை அவர்கள் அடைந்துள்ளனர்.

திறனற்ற ஒரு தலைவனால் வாய்ப்புகளைச் சிறப்பாகப் பயன்படுத்திக் கொள்ள முடிவதில்லை என்பதால், அத்தகைய ஒரு தலைவன் தன் நாட்டிற்கு ஒரு சீரழிவாகவே இருப்பான். தன்கீழ் பணி செய்பவர்களுக்கு ஆக்கப்பூர்வமாகச் செயல்படுவதற்கான உத்வேகத்தையும் அவனால் கொடுக்க முடிவதில்லை.

ஒரு தலைவன் எந்த மனப்போக்குடன் வேலை செய்கிறான் என்பது அதைவிட அதிக முக்கியமானதாக இருக்கிறது. அவன் சரியான மனப்போக்கைக் கொண்டிருந்தால், அங்கு மாயாஜாலம் நிகழ்கிறது. அவனுடைய மனப்போக்கு தவறானதாக இருந்தால், பல விஷயங்கள் தவறாகப் போகக்கூடும்.

திறன் கொண்ட தலைவர்களாக இருப்பது எப்படி என்பதைச் சந்திரகுப்தனுக்கும் மற்ற மாணவர்களுக்கும் சாணக்கியர் கற்றுக் கொடுத்தார். தலைமைத்துவத் திறமைகளையும் உத்திகளையும் அவர் அவர்களுக்குக் கற்றுக் கொடுத்தார். அவர்கள் அத்திறமைகளைச் சிறப்பாகப் பயன்படுத்துவதை உறுதி செய்வதற்காக, தலைமைத்துவத்திற்கான சரியான மனப்போக்கை உருவாக்கிக் கொள்வதற்கான தேவையை அவர் அவர்களிடத்தில் வலியுறுத்தினார்.

ஆச்சாரியார் கதை

ஒருநாள், சாணக்கியர் சந்திரகுப்தனிடம், "ஓர் அரசனின் உச்சகட்ட நோக்கம் என்னவாக இருக்க வேண்டும்?" என்று கேட்டார்.

சந்திரகுப்தன் விடையளிப்பதற்கு முன்பாக அவரே அதற்கான பதிலையும் கொடுத்தார். "குடிமக்களின் மகிழ்ச்சியை உறுதி செய்வதுதான் ஓர் அரசனின் உச்சகட்ட இலக்கு மற்றும்

கடமை என்று நம்முடைய மறைநூல்கள் கூறுகின்றன." பிறகு, அவர் ஒரு பாடல்வரியைக் கூறினார். பின்னாளில் அந்த வரிதான் அர்த்தசாஸ்திரத்தின் கடைசி வரியாக ஆனது.

"மக்களின் மகிழ்ச்சியில்தான் ஓர் அரசனின் மகிழ்ச்சி நிலை கொண்டுள்ளது."

"ஓர் அரசனின் வாழ்க்கை ஒரு தியாக வாழ்க்கையாகும். அவனுக்கு எந்தவொரு தனிப்பட்ட வாழ்க்கையும் இருக்க முடியாது. மற்றவர்களுக்காக மட்டுமே அவன் வாழ்ந்தாக வேண்டும்," என்று விளக்கிய சாணக்கியர், சன்னலுக்கு வெளியே சுட்டிக்காட்டி, "அந்தச் சூரியனைப் பார். அந்தச் சூரியனால்தான் இந்த ஒட்டுமொத்த உலகிலும் உயிரினங்கள் வாழ்ந்து கொண்டிருக்கின்றன. சூரியன் ஒரு தலைவனைப் போன்றது. இக்கிரகத்தின் அதிபதி அது. அது தன்னை எரித்துக் கொண்டு, மற்றவர்களுக்கு ஒளியையும் வெளிச்சத்தையும் கொடுக்கிறது," என்று கூறினார். பிறகு அவர் சூரியக் கடவுளை வணங்கினார்.

சந்திரகுப்தன் அவரிடம், "அப்படியென்றால், நம்மால் மேற்கொள்ளப்பட முடியாத சில தீர்மானங்கள் இருக்கின்றன என்று அர்த்தமா? நான் எல்லோரையும் மகிழ்ச்சிப்படுத்த வேண்டும் என்றால், குற்றவாளிகளை என்னால் தண்டிக்க முடியாது. தண்டனை பெறுவதில் யாருக்கும் மகிழ்ச்சி இருக்காது!" என்று கூறினான்.

சாணக்கியர் இதைக் கேட்டுச் சிரித்துவிட்டு, "ஓர் அரசன் என்பவன் ஒரு நபருடைய சுகத்தை மட்டுமல்லாமல், அவனுடைய ஹிதத்தையும் கருத்தில் கொள்ள வேண்டும்," என்று கூறினார்.

சந்திரகுப்தனுக்கு அவற்றுக்கு இடையேயான வேறுபாடு புரியவில்லை. சாணக்கியர் மேலும் விளக்கினார். "எது சரியோ, எது பொருத்தமானதோ, அது ஹிதம் என்று அழைக்கப்படுகிறது. சில சமயங்களில், சரியான ஒரு விஷயம் நம்மை மகிழ்ச்சிப்படுத்துவது இல்லை. சில சமயங்களில், நாம் ஒரு கசப்பு மாத்திரையை உட்கொள்ள விரும்புவதில்லை. அதேபோல, துவக்க நிலைகளில் பல தீர்மானங்கள் நம்மைத் தொந்தரவு செய்வதுபோலத் தோன்றக்கூடும், ஆனால் காலப்போக்கில் அவை பெரும் நன்மை பயப்பவையாக ஆகின்றன. இதுதான் உண்மையான ஹிதம்."

"அப்படியென்றால், குற்றவாளிகளைத் தண்டிப்பது ஹிதம். அது மற்றக் குடிமக்களை மகிழ்ச்சிப்படுத்தும். அப்படித்தானே?" என்று சந்திரகுப்தன் கேட்டான்.

அவன் அதைப் புரிந்து கொண்டிருந்தது குறித்துச் சாணக்கியர் மகிழ்ச்சி அடைந்தார். "ஓர் அரசன் என்பவன் தன் ராஜ்யத்திற்கும் தன் மக்களுக்கும் ஏற்படக்கூடிய ஒட்டுமொத்தப் பலனைப் பார்க்க வேண்டுமே தவிர, ஒரு குற்றவாளியின்

நலனை அல்ல. எனவே, குற்றவாளிகளைத் தண்டிப்பதும் தலைமைத்துவத்தின் ஓர் இன்றியமையாத பகுதியாக ஆகிறது. அப்போதுகூட, அவனை எப்படித் தண்டிக்க வேண்டும் என்பதை நீ மறந்துவிடாதே," என்று சாணக்கியர் அவனை எச்சரித்தார்.

"வெறுப்பு உணர்வுடன் யாரும் தண்டிக்கப்படக்கூடாது. மிக மோசமான ஒரு குற்றவாளிக்குக்கூட ஒரு நியாயமான விசாரணை நடத்தப்பட வேண்டும், பகுத்தறிவுரீதியான ஒரு தீர்ப்பு வழங்கப்பட வேண்டும்," என்று சாணக்கியர் விளக்கியபோது சந்திரகுப்தன் அதன் கருத்துப் புரியாமல் விழித்தான்.

"எப்படி?" என்று அவன் கேட்டான்.

"ஓர் அரசனின் ஆட்சி, தர்ம சாஸ்திரங்களால் வழிநடத்தப்பட வேண்டும். இதில் உன்னுடைய குருமார்களால் உனக்கு உதவ முடியும்."

"ஓர் அரசனால் தானாகவே அனைத்துத் தீர்மானங்களையும் மேற்கொள்ள முடியாதா?"

சாணக்கியர் இதை ஒப்புக் கொள்ளவில்லை. "அனைத்துத் தீர்மானங்களையும் தானாகவே மேற்கொள்வதற்கான திறன் ஓர் அரசனுக்கு இருந்தாலும், பெரியவர்களின் அறிவுரை, அவனுடைய அகங்காரத்தைக் கட்டுப்பாட்டில் வைக்கிறது, அவன் உணர்ச்சிவசப்பட்டுத் தீர்மானங்கள் எடுப்பதிலிருந்து அவனைத் தடுக்கிறது. ஆனால், அறிவுரையோ அல்லது ஆலோசனையோ வழங்குவதற்கு அங்கு யாரும் இல்லாத நேரங்களில், ஓர் அரசன்தான் ஒரு தீர்மானத்தை மேற்கொள்ள வேண்டும். அது அவனால் முடியும்."

சந்திரகுப்தன் கடைசியாக ஒரே ஒரு கேள்வியைக் கேட்க விரும்பினான். "ஓர் அரசன் தன் மக்களைக் குறித்துக் கொண்டிருக்க வேண்டிய முறையான மனப்போக்கு என்னவாக இருக்க வேண்டும்?"

"ஒரு பெற்றோருடைய மனப்போக்குடன் அவன் செயல்பட வேண்டும். மக்கள் எல்லாவற்றுக்கும் தங்கள் அரசனைத்தான் நாடி வருகிறார்கள். அவர்களைப் பொருத்தவரை, தங்களைப் பேணிப் பாதுகாக்கின்ற ஒரு தெய்வீகப் பிறவி அவன். அவர்கள் சௌகரியமாக உணர்வதற்கும் தங்கள் வாழ்வில் மகிழ்ச்சியாக இருப்பதற்குமான ஒரு சூழலை அவன் உருவாக்குகிறான். ஒரு குடும்பம் என்பது இவற்றைப் பற்றியதுதானே?"

பிறகு சாணக்கியர் இவ்வாறு எச்சரித்தார்: "குழந்தை வளர்ப்பில் அன்பும் கண்டிப்பும் தேவைப்படுகின்றன. ஓர் அரசன் தன் குடிமக்களை நேசிக்க வேண்டும். ஆனால், தேவையான நேரத்தில், ஒழுங்கின்மை ஒருபோதும் சகித்துக் கொள்ளப்பட மாட்டாது என்பதை அவன் தன் குடிமக்களுக்குத் தெளிவாக உணர்த்திவிட வேண்டும்."

யோசிப்பதற்கு ஏகப்பட்ட விஷயங்களைச் சந்திரகுப்தனுக்குக் கொடுத்துவிட்டு, சாணக்கியர் அங்கிருந்து புறப்பட்டுச் சென்றார். ஒரு பெற்றோராக இருப்பது ஓர் அரசனுக்கு எவ்வாறு பொருந்துமோ, அதேபோல ஓர் ஆசிரியருக்கும் அது பொருந்தும் என்பதைச் சந்திரகுப்தன் உணர்ந்து கொண்டான். அவனுள் நன்றியுணர்ச்சி பொங்கியது. "ஆச்சாரியாரே, நீங்கள் உண்மையிலேயே ஒரு மாபெரும் தந்தை!" என்று அவன் தனக்குள் முணுமுணுத்துக் கொண்டான்.

உள்நோக்குகள்+

- ஒரு தலைவனிடம் திறனும் இருக்க வேண்டும், சரியான மனப்போக்கும் இருக்க வேண்டும்.

- சுகம், ஹிதம் ஆகியவற்றுக்கு இடையேயான வேறுபாட்டை நீங்கள் புரிந்து கொள்ள வேண்டும். மற்றவர்களிடம் நல்லவிதமாக நடந்து கொள்வது மட்டும் போதாது. சில சமயங்களில், ஒரு சரியான தீர்மானம் ஒரு நல்லவிதமான உணர்வைத் தோற்றுவிப்பதில்லை.

- குழந்தைகளின் உச்சகட்ட நலம் விரும்பிகள் அவர்களுடைய பெற்றோர்தான். ஆனால், அன்பும் ஒழுங்கும் ஒவ்வொரு குழந்தையின் நலனுக்கும் இன்றியமையாதவை.

அத்தியாயம் 10

இசையின் முக்கியத்துவம்

ஆச்சாரியார் நீதி

மூளை ஒரு குறிப்பிட்ட விதத்தில் இயங்குகிறது. அதன் வழிமுறையை நம்மால் புரிந்து கொள்ள முடிந்தால், குறைவான முயற்சியில் அதிக ஆக்கப்பூர்வமாகச் செயல்படுவதற்கான திறனை நம்மால் வளர்த்துக் கொள்ள முடியும். இன்று, எல்லாமே ஓர் உளநிலையில் இருப்பதாகக் கூறப்படுகிறது. ஒலிம்பிக் விளையாட்டுப் போட்டிகளில் தங்கப் பதக்கங்களை வென்றவர்கள், அவற்றை வெல்வதற்கு முன்பாக, தாங்கள் அப்பதக்கங்களை வென்றதுபோலத் தங்கள் மனங்களில் காட்சிப்படுத்தியதாகக் கூறியுள்ளனர். உடல்ரீதியான நோய்களும் மனத்திலிருந்து முளைப்பதாகவே நம்பப்படுகிறது. உலகம் நெடுகிலும் உள்ள உளவியலாளர்கள், நடத்தை குறித்து ஆய்வு செய்து வந்துள்ளனர். இசை குறித்தும், மனித மூளையின்மீது இசை ஏற்படுத்துகின்ற தாக்கம் குறித்தும் அவர்கள் பல முக்கியமான விஷயங்களைக் கண்டுபிடித்துள்ளனர்.

மனித மனம் எப்படிச் செயல்படுகிறது என்பதைச் சாணக்கியர் புரிந்து கொண்டிருந்தார். அரசன் தன் மனத்தளவில் ஆசுவாசமாகவும், ஆனால் உடலளவில் செயற்துடிப்போடும் இருப்பதை அவர் உறுதி செய்தார். ஏகப்பட்ட வேலைகள் இருந்தாலும், சுவாரசியமான ஏதோ ஒன்றைச் செய்வதற்கு அவ்வப்போது ஒரு சிறிய இடைவேளை எடுத்துக் கொள்ள வேண்டும் என்று அரசனுக்கு அவர் வலியுறுத்தினார். அவன் சிறிது நேரம் இசையைக் கேட்பதை அவர் உறுதி செய்தார்.

ஆச்சாரியார் கதை

சந்திரகுப்தனின் படைத்தளபதி ஒருமுறை சாணக்கியரை சந்தித்து, "ஆச்சாரியார் அவர்களே, ராணுவத்தில் போர்க்காலங்களில் நாங்கள் அடிக்கடி இசையைக் கேட்கிறோம். எங்களுடைய இசைக்குழு அணிவகுப்பின்போது நாங்கள் முரசுகளையும் ஊதுகொம்புகளையும் இசைக்கிறோம். நம்முடைய அரசர் தினமும் இசையைச் செவிமடுக்கும்படி நீங்கள் செய்திருப்பதாக சமீபத்தில் நான் கேள்விப்பட்டேன்," என்று கூறினார்.

ஒரு மாபெரும் இசைவிரும்பியான அந்தப் படைத்தளபதி, சாணக்கியரின் இசையறிவைக் கண்டு பிரமித்தார். "ஆச்சாரியாரே, நீங்கள் இசையைப் படித்திருக்கிறீர்கள், அது எப்படி நம் மனங்கள்மீது தாக்கம் ஏற்படுத்துகிறது என்பதையும் நீங்கள் படித்திருக்கிறீர்கள் என்பது எனக்குத் தெரியும். இசையை நான் எனக்கு அனுகூலமாகப் பயன்படுத்திக் கொள்ளும் விதத்தில், அதைப் பற்றி அதிகப்படியான விஷயங்களை தயவு செய்து எனக்குக் கூறுங்கள்," என்று அவர் கேட்டுக் கொண்டார்.

சாணக்கியர் பல துறைகளில் வல்லவராக இருந்தபோதிலும், இசைதான் அவருடைய தனிப்பட்ட விருப்பமாக இருந்தது. எனவே, அவர் அத்தளபதியின் வேண்டுகோளுக்கு இசைந்தார்.

"இசையைப் பற்றி நம்முடைய வேதங்கள் ஏகப்பட்டத் தகவல்களைப் பதிவு செய்து வைத்துள்ளன என்பது உங்களுக்குத் தெரியுமா? அவையெல்லாம் நம்முடைய மாபெரும் பாரம்பரியத்தின் ஒரு பகுதியாகும். இசையின் அம்சங்களான ராகம், தாளம், லயம் ஆகிய ஒவ்வொன்றையும் நம்முடைய முன்னோர்கள் அழகாகவும் விபரமாகவும் விவரித்து வைத்துள்ளனர். நான் அவற்றைப் படித்துவிட்டு, 'இந்த அறிவு அத்தனையையும் நாம் எப்படிப் பயன்படுத்தலாம்?' என்று என்னை நானே கேட்டுக் கொண்டேன்."

அவர் மேலும் விளக்கினார். "'ஓம்' என்ற பிரணவமந்திரத்தின் ஒலியிலிருந்துதான் உலகம் முளைத்தது என்று வேதங்கள் கூறுகின்றன."

"ஆமாம், நானும் அதைக் கேள்விப்பட்டிருக்கிறேன்," என்று அந்தப் படைத்தளபதி கூறினார்.

"இசையானது தெய்வீகத்திலிருந்து வருகிறது. பிறகு நாம் அதை வெவ்வேறு வடிவங்களில் ஏழு சுரங்களாகப் பிரிக்கிறோம். இவை சப்த சுரங்கள் என்று அழைக்கப்படுகின்றன. இந்த ஏழு சுரங்களில் உள்ள வேறுபாடுகள்தான் இசையுலகை உருவாக்குகின்றன."

"ச, ரி, க, ம, ப, த, நி . . ." என்று அந்தத் தளபதி கூறினார்.

சாணக்கியர் அதை ஆமோதித்துவிட்டு, "பிறகு நீங்கள் அதனோடு தாளத்தையும் பாடல் வரிகளையும் சேர்க்கிறீர்கள். இங்கு சாத்தியக்கூறுகளுக்கு எல்லையே இல்லை," என்று கூறினார். அவர் புன்னகைத்துக் கொண்டிருந்தார். அவர் ஏதோ ஒரு மெல்லிசையைக் கேட்டுக் கொண்டிருந்ததுபோலத் தோன்றியது. "ஆனால் ஆச்சாரியாரே, அரசியலில் இது எப்படி உதவும்?" என்று அத்தளபதி கேட்டார்.

சாணக்கியர் ஓர் ஆழ்ந்த சிந்தனையிலிருந்து வெளிவந்தவர்போல, "அரசியல் என்பது ஒரு மன விளையாட்டு. இசையால் மனத்தின்மீது தாக்கம் ஏற்படுத்த முடியும். எனவே, நான் இவ்விரண்டையும் இணைத்தேன். ஒரு நபரின் மனநிலையை உருவாக்குவதற்கு இசையால் உதவ முடியும்," என்று கூறினார்.

சாணக்கியர் இசையைப் பற்றிப் பேசிக் கொண்டிருந்தார் என்ற செய்தி அதற்குள் அந்த அரண்மனை முழுவதும் பரவியிருந்தது. விரைவில், இசை ஆர்வலர்கள் அவர்கள் இருவரையும் சூழ்ந்து கொண்டனர். அக்குழுவில் சந்திரகுப்தனும் இருந்தான்.

தன்னுடைய பேச்சைக் கேட்கப் புதிதாக வந்திருந்தவர்களுக்கு இசையின் நன்மைகளை எடுத்துரைக்கும் விதமாகச் சாணக்கியர் இப்படிக் கூறினார்: "இசையால் உங்களை ஆசுவாசப்படுத்த முடியும், உங்களுடைய ஒருமுகச் சிந்தனையை வளர்த்தெடுக்க முடியும். அது சரியான மனநிலையை உருவாக்கவும் உதவுகிறது. உற்சாகமூட்டும் ராகங்களைக் கேட்டபடியே காலையில் நீங்கள் துயிலெழும்போது, அன்றைய நாளுக்கு ஒரு துடிப்பான துவக்கத்தை அது கொடுக்கும். இதே காரணத்திற்காகத்தான், நம்முடைய காலைநேரப் பிரார்த்தனைகள்கூட நேர்மறை ஆற்றலால் அதிர்கின்றன."

தினமும் காலையில் தான் துயிலெழுந்தபோது, இசைக்கருவிகளின் இன்னிசையைத் தான் செவிமடுத்தன் காரணத்தைச் சந்திரகுப்தன் இப்போது புரிந்து கொண்டான். இது சாணக்கியர் வகுத்துக் கொடுத்திருந்த உத்தியாகும்.

அவர் மேலும் தொடர்ந்தார். "ஒரு நாளின் நேரம் கரையக் கரைய நம் மனத்திலும் மாற்றம் ஏற்படுகிறது. துடிப்பான இசையிலிருந்து மென்மையான இசைக்கு நாம் போகிறோம். மனத்தை வருடுகின்ற, மென்மையான இசை நம் சிந்தனைக்கும் உதவுகிறது.

"மதிய நேரத்தில், நம்முடைய நடவடிக்கைகள் அதிக ஆசுவாசமானவையாக இருக்கின்றன. நாம் மீண்டும் நம்முடைய வேலையைத் துவக்குவதற்கு முன்பாக, நாம் ஒரு குட்டித் தூக்கம்கூடப் போடக்கூடும். இதமளிக்கும் இசை நம்மை அமைதிப்படுத்தி, நமக்குப் புத்துணர்ச்சியூட்டுகிறது."

எல்லோரும் இது குறித்துச் சிறிது நேரம் சிந்தித்தனர். விலங்குகளும் பறவைகளும்கூட மதிய வேளைகளில் ஆசுவாசம் கொண்டு இளைப்பாறுவது உண்மைதான் என்று அவர்கள் நினைத்தனர்.

சாணக்கியர் இறுதியாக, "இசையை ஒரு பொழுதுபோக்காக ரசிப்பதற்குச் சரியான நேரம் மாலைநேரம்தான். உங்களுக்குப் பிடித்தமான இசையை ஓரிரு மணிநேரம் கேட்பது உங்கள் ஆன்மாவுக்கு அற்புதங்களை நிகழ்த்தும்!" என்று கூறினார்.

தலைசிறந்த இசைக் கலைஞர்கள் தன்னுடைய அரசவையில் எப்போதும் இசை நிகழ்ச்சிகளை வழங்கிக் கொண்டிருந்த விதத்தைச் சந்திரகுப்தன் நினைத்துப் பார்த்தான். அவர்களுக்கு நல்ல சம்பளம் கொடுக்கப்படுவதைச் சாணக்கியர் உறுதி செய்தார். "கலைஞர்களுக்கு அவர்களுடைய வேலைக்குரிய மரியாதை கொடுக்கப்பட வேண்டும்," என்று அவர் கூறினார்.

அவர் மேலும் தொடர்ந்தார். "ஒருவன் எந்த வகையான இசையைக் கேட்க விரும்புகிறான் என்பதன் அடிப்படையில் அவனுடைய ஆளுமையை நம்மால் எடைபோட முடியும். எடுத்துக்காட்டாக, சத்தமான இசைதான் ஒருவனுக்குப் பிடிக்கும் என்றால், அவன் எல்லோருடனும் சகஜமாகப் பழகுபவனாகவும் உற்சாகமான ஒரு நபராகவும் இருப்பான். மென்மையான இசையை விரும்பிக் கேட்கின்ற ஒருவன் அறிவார்ந்தவனாகவும் எளிதில் உணர்ச்சிவசப்படக்கூடியவனாகவும் இருப்பான்."

இசைக்குப் பல பரிமாணங்கள் உள்ளன. சாணக்கியரின் பிரசங்கம் தொடர்ந்தது. இறுதியாக, "இசை உங்களை தெய்வீகத்திற்கும் அழைத்துச் செல்கிறது. நீங்கள் வாழ்க்கைச் சுழற்சியிலிருந்து விடுபட்டு மோட்சத்தை அடைய அது உதவுகிறது," என்று சாணக்கியர் கூறினார்.

அவருடைய பேச்சைத் தொடர்ந்து, ஒரு மரியாதை கலந்த மௌனம் நிலவியது. சாணக்கியர் தன்னுடைய ராஜ்யத்தின் படைத்தளபதியிடம் இப்படிக் கூறினார்: "உங்களுடைய ஆயுதங்களை எப்படிச் சிறப்பாகப் பராமரித்து வருகிறீர்களோ, அதேபோல உங்களுடைய இசைக் கருவிகளையும் சிறப்பாக வைத்துக் கொள்வதில் கவனமாக இருங்கள். போரின்போது எது உங்கள் உதவிக்கு வரும் என்று உங்களுக்குத் தெரியாது!"

உள்நோக்குகள்

- இசை தெய்வீகமானது. ஆன்மீக உலகிலும் ஸ்தூல உலகிலும் நீங்கள் வெற்றி பெறுவதற்கு அது உங்களுக்கு உதவும்.

- இசையைக் கேட்பது பல நன்மைகளை விளைவிக்கிறது. அது நீங்கள் ஆசுவாசம் கொள்ள உதவுகிறது. உங்களுடைய ஒருமுகச் சிந்தனை மேம்படவும் அது உதவுகிறது.

- இசையின் ஏழு சுரங்களை மாற்றியமைக்கும்போது, படைப்புத்திறனுக்கும் புதுமைப் புனைவிற்குமான ஒரு பெரிய வீச்சை அது நமக்குக் கொடுக்கிறது.

பகுதி 1: முதல் பத்துக் கதைகள்
சாணக்கியர் எனும் ஆசிரியர்

❈❈

பகுதி 2: அடுத்தப் பத்துக் கதைகள்
சாணக்கியர் எனும் வாழ்க்கை வழிகாட்டி

❈❈

பகுதி 3: கடைசிப் பத்துக் கதைகள்
சாணக்கியரின் மகத்துவம்

செல்வத்தை உருவாக்குதல்
அமைதியான தண்டனை
வாழ்வின் மதிப்பு
உங்கள் வரிகளைச் செலுத்திவிடுங்கள்
அமைதியான முறையில் பணத்தை மீட்டெடுத்தல்
பெண்களுக்கான வேலை வாய்ப்பு
ஓர் ஆசிரியரின் மகன்
அனுபவச் செல்வம்
நல்ல நிர்வாகத்திற்கான ரகசியம்
உலகைவிட்டுப் பிரிதல்

அத்தியாயம் 1

செல்வத்தை உருவாக்குதல்

ஆச்சாரியார் நீதி

மக்கள் ஏழ்மையிலிருந்து உயர்ந்தெழுந்துள்ள ஒரு நாடுதான் ஒரு வெற்றிகரமான நாடாகும். அப்படிப்பட்ட ஒரு நாட்டில் எல்லோரும் பெரும் செல்வந்தர்களாக இல்லாமல் போகக்கூடும், ஆனால் அவர்கள் மகிழ்ச்சியாகவும் மனநிறைவோடும் இருப்பர். அங்கு ஒருவனுடைய மதிப்பு வெறுமனே அவன் சம்பாதித்துள்ள பணத்தைக் கொண்டோ, அல்லது அவனிடம் இருக்கும் வசதிகளையும் ஆடம்பரங்களையும் கொண்டோ அளவிடப்படுவதில்லை. பரஸ்பர நன்மைக்காகவே சமூகத்தில் உள்ள ஒவ்வொருவரும் வேலை செய்து கொண்டிருப்பர். பொருளாதாரச் செழிப்பும் ஆன்மீகச் செழிப்பும் அரசாங்கத்தால் ஊக்குவிக்கப்படும்.

ஆச்சாரியார் கதை

சாணக்கியர் போர் உத்திகளை வகுப்பதில் எந்த அளவு கைதேர்ந்தவராக இருந்தாரோ, அதே அளவுக்கு அவர் ஒரு சிந்தனையாளராகவும் இருந்தார். இப்போது அவருடைய எதிரிகளில் பெரும்பாலானோர் தோற்கடிக்கப்பட்டிருந்த நிலையில், சந்திரகுப்தன் ஓர் அரசனாக வளர்ந்திருந்ததால், நல்லாட்சி குறித்த உயர்ந்த கோட்பாடுகளை அவரால் அவனிடம் பேச முடிந்தது.

பொருளாதாரம் குறித்தச் சில பாடங்களை அவர் அவனுக்குக் கற்றுக் கொடுக்கத் தீர்மானித்தார். பொருளாதாரத் துறையிலும் சிறந்த நிபுணராகத் திகழ்ந்த சாணக்கியர், சந்திரகுப்தனிடம், “ஒரு நாடு எப்படிச் செழிப்படைகிறது?” என்று கேட்டார்.

“மக்களிடமிருந்து வரிகளை வசூலிப்பதன் மூலம் அது செழிப்படைகிறது.”

“சரிதான். வேறு ஏதேனும் வழி இருக்கிறதா?”

சந்திரகுப்தன் சிறிது நேரம் சிந்தித்துவிட்டு, “வரி செலுத்தத் தவறியவர்களிடம் வசூலிக்கப்படுகின்ற அபராதங்களும் நம்முடைய அரசாங்கக் கருவூலத்தை நிரப்ப உதவுகின்றன,” என்று கூறினான்.

“வருவாய் வசூலிப்புக்கான வழிகளில் ஒன்று அது,”

என்று ஒப்புக் கொண்ட சாணக்கியர், "ஆனால் நான் வேறொரு கேள்வியைக் கேட்டுள்ளேன். ஒரு நாடு எப்படிச் செழிப்படைகிறது?" என்று மீண்டும் கேட்டார்.

சந்திரகுப்தன் இன்னும் சிந்தித்துக் கொண்டிருக்கையில், சாணக்கியர் குறுக்கிட்டு, "செல்வத்தை உருவாக்குவதன் மூலம் அது செழிப்படைகிறது," என்று பதிலளித்தார்.

சந்திரகுப்தன் அதைப் புரிந்து கொண்டிருக்கவில்லை என்பதை உணர்ந்து கொண்ட சாணக்கியர், "சரி, நாம் சற்று நடக்கலாம்," என்று கூறினார்.

சிறிது நேரத்திற்குப் பிறகு, அவர்கள் இருவரும் சாதாரண நபர்களைப்போல வேடமிட்டுக் கொண்டு அரண்மனை வளாகத்தைவிட்டு வெளியேறினர். சாணக்கியர் உடனடியாக ஒரு திட்டத்தை வகுத்தார். முதலில், நகரின் மிகவும் சுறுசுறுப்பான பகுதியான சந்தைக்கு அவர்கள் சென்றனர். அங்கு எல்லாக் கடைகளிலும் கூட்டம் நிரம்பி வழிந்தது. வாடிக்கையாளர்கள் தொடர்ந்து வருவதும் போவதுமாக இருந்தனர்.

"சந்திரகுப்தா, நீ எதை கவனிக்கிறாய்?"

"இந்த இடத்தில் மிக உயர்ந்த அளவிலான பொருளாதார நடவடிக்கைகள் நிகழ்ந்து கொண்டிருக்கின்றன. ஒரு நாட்டின் தலையெழுத்தின் பெரும்பகுதி உள்ளூரில் விளைவிக்கப்படும் பொருட்களின் விற்பனையைச் சார்ந்துள்ளது."

"ஆமாம், பொருளாதாரப் பரிவர்த்தனைகளால் இந்த இடம் நிரம்பி வழிகிறது. ஆனால், செல்வத்தின் உருவாக்கம் என்பது இதுவல்ல."

சந்திரகுப்தனுக்குக் குழப்பம் ஏற்பட்டது, ஆனால் அவன் எதுவும் கூறவில்லை.

அடுத்து, வட்டிக்குப் பணம் கொடுத்த ஒருவனின் கடைக்குச் சாணக்கியர் அவனைக் கூட்டிச் சென்றார். வியாபாரத் தேவைகள், தனிப்பட்டத் தேவைகள், பொதுவான பணத் தேவைகள் போன்ற பல்வேறு காரணங்களுக்காக மக்கள் அங்கு வந்து அந்தக் கடைக்காரனிடம் கடன் வாங்கிச் சென்றதை அவர்கள் இருவரும் கவனித்தபடி நின்றனர். பெரும்பாலான சமயங்களில், மக்கள் எதையேனும் அடகு வைத்துக் கடன் வாங்கிச் சென்றனர். ஒரு பெண்மணி தன்னிடமிருந்த கடைசித் தங்கச் சங்கிலியை அடகு வைத்தாள்.

"சந்திரகுப்தா, இங்கு நீ என்ன பார்க்கிறாய்?" என்று சாணக்கியர் கேட்டார்.

"பணத் தேவை இருப்பவர்கள் இந்த வட்டிக்கடைக்காரனிடம் கடன் பெற்றுச் செல்கின்றனர். அவன் அவர்களுக்குப் பணம் கொடுக்கிறான், ஆனால் கூடவே அதற்கு வட்டியும் வசூலிக்கிறான்."

"அது உண்மைதான். ஆனால் இதுவும் செல்வத்தின் உருவாக்கம் அல்ல," என்று சாணக்கியர் கூறினார்.

அடுத்து, அவர் அவனுடைய சொந்த அரசாங்கக் கருவூலத்திற்கு அவனை அழைத்துச் சென்றார். அங்கும் ஏகப்பட்ட நடவடிக்கைகள் நிகழ்ந்து கொண்டிருந்தன. ராஜ்யம் நெடுகிலும் வசூலிக்கப்பட்ட வரிகளும் அபராதங்களும் அங்கு கொண்டு வரப்பட்டு, பரிசோதிக்கப்பட்டு, பிறகு கருவூலத்தில் சேமிக்கப்பட்டன. உணவு தானியங்களும் வன உற்பத்திகளும் எடை போடப்பட்டு, அவற்றில் ஏதேனும் கலப்படம் நிகழ்ந்திருந்ததா என்று பரிசோதிக்கப்பட்டன. "இங்கு நீ என்ன காண்கிறாய்?" என்று சாணக்கியர் கேட்டார்.

"அரசாங்கத்தின் இப்பகுதி நமக்கு மிகவும் முக்கியமானது. வரித் துறையால்தான் நம்முடைய குடிமக்களையும் அவர்களுடைய நலனையும் நம்மால் கவனித்துக் கொள்ள முடிகிறது. இந்தப் பணத்தைக் கொண்டுதான் நமக்கும் நம்முடைய அரசாங்க ஊழியர்களுக்கும் நாம் சம்பளம் கொடுக்கிறோம். வளர்ச்சிப் பணித்திட்டங்களும் இந்தப் பணத்தைக் கொண்டுதான் மேற்கொள்ளப்படுகின்றன."

என்ன நிகழ்ந்து கொண்டிருந்தது என்பது சந்திரகுப்தனுக்கு இப்போது புரிந்தது. ஆனால் சாணக்கியரோ, "நீ கூறுவது முற்றிலும் சரி. ஆனால் இதுவும் செல்வத்தின் உருவாக்கம் அல்ல," என்று கூறினார்.

சந்திரகுப்தன் கடைசியில், "ஆச்சாரியாரே, அப்படியென்றால் எதுதான் செல்வத்தை உருவாக்குகிறது?" என்று கேட்டான்.

இந்த அறிவைப் பெறுவதற்குத் தன்னுடைய மாணவன் இப்போது தயாராக இருந்ததைச் சாணக்கியர் உணர்ந்து கொண்டார். அவர் அவனை ஒரு வயலுக்கு அழைத்துச் சென்றார். அங்கு சில விவசாயிகள் வேலை செய்து கொண்டிருந்தனர். "இங்குதான் உண்மையிலேயே செல்வம் உருவாக்கப்படுகிறது. இந்த ஏழை விவசாயிகள் நாள் முழுவதும் கடினமாக உழைக்கின்றனர். அவர்கள் நமக்கு உணவு தானியங்களைக் கொடுக்கின்றனர். அவர்களுடைய முயற்சிகள்தான் அன்னை பூமியிலிருந்து உணவு தானியங்களின் வடிவில் செல்வத்தை நமக்கு ஈட்டித் தருகின்றன. இவற்றைக் கொண்டுதான் நாம் நம்முடைய கருவூலத்தை நிரப்புகிறோம்," என்று சாணக்கியர் கூறினார்.

"ஆச்சாரியாரே, நாம் முன்பு பார்த்த மக்களும் கடினமாகத்தானே உழைக்கின்றனர்? அப்படியென்றால், இந்த விவசாயிகளுக்கும் அவர்களுக்கும் இடையே ஏன் வேறுபாடு இருக்கிறது?"

"ஆமாம், அவர்களும் கடினமாகத்தான் உழைக்கின்றனர். இந்த விவசாயிகளின் நிலத்திற்குப் பக்கத்தில் உள்ள நிலத்தைப்

பார். அதில் எந்த தானியமும் விளையவில்லை. ஏனெனில், யாரும் அந்த நிலத்தை உழுவதில்லை. ஆனால் மனித முயற்சி மட்டும் இருந்தால், அதே நிலத்தால் செல்வத்தை உருவாக்கிக் கொடுக்க முடியும். மனித முயற்சி இல்லாததால், அது ஒரு தரிசு நிலமாக இருக்கிறது."

"அப்படியென்றால் மனித முயற்சிதான் முக்கியம், இல்லையா?"

"ஆமாம். இப்படிப்பட்ட விவசாயிகளுக்குப் பணத்தின் வடிவில் நல்ல பதிலீடு கொடுக்கப்படுவதை உறுதி செய்வதுதான் உன்னுடைய வேலை. வியாபாரத்திலும் பிற தொழில்களிலும் இருப்பவர்கள் இந்த விவசாயிகளைப்போலக் கடினமாக உழைப்பதற்கு நாம் அவர்களை ஊக்குவிக்க வேண்டும். அதிகபட்ச உற்பத்திதான் அதிகபட்சமான செல்வத்தை உருவாக்குவதற்கு வழி வகுக்கிறது. வரி வசூலிப்புகள் அதிகரிப்பது உற்பத்தியின்மீது அதிக முயற்சி மேற்கொள்ளப்படுவதை ஊக்குவிக்கிறது. பதிலுக்கு, இதுதான் நம்முடைய நாட்டை உண்மையிலேயே ஒரு செழிப்பான நாடாக ஆக்குகிறது," என்று சாணக்கியர் விளக்கினார்.

உள்நோக்குகள்

- ♦ செல்வத்தை உருவாக்குதல் என்பது பணப் பரிவர்த்தனைகள் மற்றும் வருவாய் வசூலிப்புகளிலிருந்து வேறுபட்டது. செல்வத்தின் உருவாக்கம் என்பது மனித முயற்சியால் நிகழ்கின்ற ஒன்று.

- ♦ செல்வ உருவாக்கச் செயல்முறையின் ஆணிவேராக இருக்கின்ற மக்களுக்கு அவர்களுடைய முயற்சிகளுக்குரிய நியாயமான பதிலீடு கொடுக்கப்பட வேண்டும்.

- ♦ ஒரு நாடு செழிப்படைய வேண்டும் என்றால், நாட்டுக்காகச் செய்யப்படும் வேலைகளில் அதிகமான மக்கள் ஈடுபடுத்தப்பட வேண்டும்.

அத்தியாயம் 2

அமைதியான தண்டனை

ஆச்சாரியார் நீதி

தண்டனைகள் இரண்டு வகைப்படுகின்றன. முதலாவது வகையில், தான் தண்டிக்கப்பட்டுக் கொண்டிருக்கிறோம் என்பதை ஒருவன் அறிந்திருக்கிறான். இரண்டாவது வகையில், அவனுக்கு அது தெரிந்திருப்பதில்லை. இந்த இரண்டு வகையான தண்டனைகளையும் எப்போது பயன்படுத்த வேண்டும், அவற்றை எப்படிப் பயன்படுத்த வேண்டும் என்பதை ஓர் அரசன் அறிந்திருக்க வேண்டும்.

இரண்டாவது வகையான தண்டனை 'அமைதியான தண்டனை' என்று அழைக்கப்படுகிறது. வெகுசிலரே இதைப் பற்றி அறிந்துள்ளனர். அவர்களில் வெகுசிலரே அதைப் புரிந்து கொண்டுள்ளனர். உண்மையில், அதைத் துல்லியமாக எப்போது பயன்படுத்த வேண்டும் என்பதை முக்கியமான ஒருசிலரிடம் விட்டுவிடுவது நல்லது என்று சாணக்கியர் கருதுகிறார்.

ஆச்சாரியார் கதை

ஒருமுறை, சந்திரகுப்தன் மிகுந்த கவலையோடு இருந்ததைச் சாணக்கியர் கண்டார்.

"அரசே, உங்களை எது வாட்டிக் கொண்டிருக்கிறது?" என்று அவர் கேட்டார்.

"நம்முடைய அமைச்சர்களில் ஒருவரைப் பற்றி நான் சிந்தித்துக் கொண்டிருந்தேன். அவரைக் கையாள்வது இப்போது மிகவும் கடினமாக இருக்கிறது. அவரை வைத்துக் கொண்டு என்ன செய்வதென்று எனக்குத் தெரியவில்லை."

"ஏன், என்ன பிரச்சனை?" என்று சாணக்கியர் கேட்டார். அவரைப் பொருத்தவரை, எந்தவொரு பிரச்சனைக்கும் ஒரு தீர்வு இருந்தது.

"ஆச்சாரியாரே, இந்த அமைச்சர் என் தொண்டையில் மாட்டிக் கொண்ட ஒரு முள்போல ஆகிவிட்டார். என்னால் அதை விழுங்கவும் முடியவில்லை, துப்பவும் முடியவில்லை. நான் என்ன செய்தாலும், அது எனக்கு மேன்மேலும் வலியைத்தான் கொடுத்துக் கொண்டிருக்கிறது. முன்பு அவர் ஒரு நேர்மையான, நம்பகமான மனிதராக இருந்தார். எனவே, நான் அவருக்குப்

பதவி உயர்வு கொடுக்கத் தீர்மானித்தேன். அவர் தொடர்ந்து சிறப்பாகப் பணியாற்றினார். அதனால்தான் நான் அவரை என்னுடைய அவையில் ஓர் அமைச்சராக ஆக்கினேன். விரைவிலேயே அவர் என்னுடைய ஆலோசனையாளர்களில் ஒரு முக்கிய நபராக ஆனார்."

சாணக்கியர் இதைக் கேட்டு ஆச்சரியமடைந்தார். "அது நல்லதுதானே? கடினமாக உழைக்கின்ற, ஆக்கப்பூர்வமாகச் செயல்படுகின்ற மக்களுக்குப் பதவி உயர்வு கொடுக்கப்படத்தான் வேண்டும். நீ செய்ததில் தவறு எதுவும் எனக்குத் தெரியவில்லை."

"ஆச்சாரியாரே, இதற்குப் பிறகுதான் உண்மையான பிரச்சனை தொடங்கியது. முன்பு குறையற்றதாக இருந்த அவருடைய வேலை இப்போது குறைகள் நிறைந்ததாக ஆகியுள்ளது. செயற்திறன் கொண்ட, நம்பகமான ஒருவராக இருந்த அவர், இப்போது ஒரு சோம்பேறியாகவும் ஊழல் செய்பவராகவும் முட்டாளாகவும் ஆகியுள்ளார்."

"அப்படியா?" என்று கேட்டச் சாணக்கியருக்கு இது போன்ற சூழ்நிலைகள் பழகிப் போயிருந்தன. எனவே, "சந்திரகுப்தா, பிறகு என்ன யோசிக்கிறாய்? நீதான் அவன் வகிக்கின்ற பதவியையும் அதிகாரத்தையும் அவனுக்குக் கொடுத்தாய். அவற்றை அவனிடமிருந்து திரும்பப் பெற்றுவிடு. யாராலும் உன்னைத் தடுத்து நிறுத்த முடியாது. அரசன் நீதானே?" என்று அவர் கேட்டார்.

"ஆச்சாரியாரே, விஷயம் அவ்வளவு சுலபமானதாக இருந்தால் நன்றாகத்தான் இருக்கும். அவர் நம்முடைய ராஜ்யத்தில் இப்போது ஒரு முக்கியமான பதவியில் இருக்கிறார். தேசிய ரகசியங்கள், ராணுவத் திட்டங்கள் உட்பட, அவருக்கு ஏகப்பட்ட விஷயங்கள் தெரியும். என்னுடைய தனிப்பட்ட விவகாரங்கள்கூட அவருக்குத் தெரியும். துவக்கத்தில், அவரைப் பற்றிப் பிற அமைச்சர்களிடமிருந்து எனக்குப் புகார்கள் வரத் தொடங்கியபோது, நான் அவற்றை உதாசீனப்படுத்தினேன். ஆனால் பிறகு, அத்தகைய புகார்களின் எண்ணிக்கை அதிகரித்தது. அதோடு, அந்தப் புகார்கள் தீவிரமானவையாக இருந்தன. எனவே, நான் அவற்றை ஆய்வு செய்ய வேண்டியதாயிற்று . . . நான் என்ன கண்டுபிடித்தேன், தெரியுமா?"

சந்திரகுப்தனின் முகத்தின்மீது வேதனையும் ஏமாற்றமும் தெளிவாக வெளிப்பட்டன. "ஒரு கச்சிதமான அமைச்சர் என்று நான் கருதியிருந்த அவர், தன்னுடைய அதிகாரத்தை எல்லா விதங்களிலும் தவறாகப் பயன்படுத்தியுள்ளார். அரசாங்க நிதிகளை அவர் கையாடல் செய்து வந்துள்ளார், பெண்களின் விஷயத்தில் மிகவும் கீழ்த்தரமாக நடந்து வந்துள்ளார். அவர் தேசத் துரோகம் செய்துள்ளதாகவும் அவர்மீது பழி சுமத்தப்பட்டுள்ளது. அவருடைய நடத்தை ஏற்றுக் கொள்ளத்தக்கது அல்ல என்றும்,

இனியும் என்னால் அதைப் பொறுத்துக் கொள்ள முடியாது என்றும் நான் அவரிடம் கூறிவிட்டேன்."

அதற்குச் சாணக்கியர் இவ்வாறு பதிலளித்தார்: "அரசே, நீ என்னை என்னுடைய பதவியிலிருந்து நீக்கினால், நானும் உன்னை விட்டுவைக்க மாட்டேன். ராஜ்யத்தின் அனைத்து ரகசியங்களையும் நான் அம்பலப்படுத்திவிடுவேன். உன்னுடைய ரகசிய ஆவணங்கள் உன் எதிரியின் கைகளுக்குக் கிடைப்பதை நான் உறுதி செய்வேன். அதன் பிறகு, உன்னுடைய கதையும் உன்னுடைய ராஜ்யத்தின் கதையும் முற்றிலுமாக முடிந்துவிடும்!"

சந்திரகுப்தன் கடுங்கோபத்தில் இருந்தான். "ஆச்சாரியாரே, நான் என்ன செய்ய வேண்டும்?" என்று அவன் கேட்டான்.

"அவனைக் கொன்றுவிடு."

"ஆனால் எப்படி? நான் அவருக்கு எதிராக ஏதேனும் செய்தால், அது எனக்குத்தான் பாதகமாக அமையும். ஏனெனில், அவர் நேர்மையானவர் என்று பொதுமக்கள் கருதுகின்றனர்."

"அப்படியென்றால், வெளிப்படையாக உன்னால் எதுவும் செய்ய முடியாது. எனவே, நீ அமைதியான தண்டனையைச் செயல்படுத்தியாக வேண்டும்," என்று கூறிய சாணக்கியரின் முகம் இறுக்கமாக இருந்தது. "சந்திரகுப்தா, இந்த அமைச்சருக்கு என்னவெல்லாம் பிடிக்கும் என்று ஒரு பட்டியலிடு," என்று அவர் கூறினார்.

"நல்ல சாப்பாடும் கொண்டாட்டங்களும் அவருக்கு மிகவும் பிடிக்கும். வேட்டையாடுவதிலும் அவருக்கு அலாதி ஆர்வம் உண்டு."

மறுநாள், அண்டை ராஜ்யம் ஒன்றிலிருந்து அந்த அமைச்சருக்கு ஒரு கடிதம் வந்தது. காட்டில் வேட்டையாடுவதற்கான ஓர் அழைப்பிதழ் அது. அந்த வேட்டைக்குப் பிறகு ஒரு பிரம்மாண்டமான விருந்து கொடுக்கப்படவிருந்ததாகவும், சிறந்த வேட்டைக்காரனுக்கு ஒரு பரிசும் கொடுக்கப்படவிருந்ததாகவும் அந்த அழைப்பிதழில் குறிப்பிடப்பட்டு இருந்தது.

பேராசை கொண்ட அந்த அற்ப அமைச்சரால் இப்படிப்பட்ட ஒரு வாய்ப்பை மறுக்க முடியவில்லை. எனவே, குறிப்பிட்ட அந்த இடத்திற்கு அவன் சென்றான். அவன் அக்காட்டிலிருந்து ஒருபோதும் திரும்பி வரவே இல்லை. ஒருசில நாட்களில் அவனுடைய உடல் கண்டுபிடிக்கப்பட்டபோது, சாணக்கியர் சந்திரகுப்தனிடம், "நீ உன்னுடைய சிறந்த அமைச்சரை, ஆலோசகரை, உன் நண்பரை இழந்துவிட்டதாகக் குடிமக்களிடம் அறிவித்துவிடு. காட்டில் சில விலங்குகள் அவனைக் கொன்றுவிட்டதாகக் கூறு. யாரும் உன்னுடைய வார்த்தைகளை சந்தேகிக்க மாட்டார்கள். மேலும், நீ சொல்வதை மக்கள் நம்பும் விதத்தில், விலங்குகள் தாக்கியதால் ஏற்பட்டக் காயங்கள் அவனுடைய உடலில் இருப்பதையும் உறுதி செய்துவிடு, " என்று கூறினார்.

பிறகு அவர் இவ்வாறு எச்சரித்தார்: "குடிமக்களைப் பொருத்தவரை அவன் எப்போதும் ஒரு நேர்மையான அமைச்சராகவே இருக்க வேண்டும். உனக்கும் எனக்கும் மட்டும்தான் உண்மை தெரியும்." சந்திரகுப்தன் நிம்மதியடைந்தான். அவனுடைய பிரச்சனை ஒருவழியாகத் தீர்க்கப்பட்டிருந்தது.

உள்நோக்குகள்

♦ அதிகாரமும் பதவியும் ஒருவருக்குத் தலைக்கனத்தை ஏற்படுத்திவிடக்கூடும். நேர்மையான, கடினமாக உழைக்கின்ற மக்கள்கூட அவற்றைத் தவறாகப் பயன்படுத்தக்கூடும்.

♦ ஒரு வழி வேலை செய்யவில்லை என்றால், இன்னொரு வழியை முயற்சித்துப் பாருங்கள்.

♦ உங்களுடைய வழிகள் என்னவாக இருந்தாலும், அவற்றை ஒருபோதும் அம்பலப்படுத்திவிடாதீர்கள். சில ரகசியங்கள் ரகசியங்களாகவே வைக்கப்பட வேண்டும்.

அத்தியாயம் 3

வாழ்வின் மதிப்பு

ஆச்சாரியார் நீதி

மனிதப் பிறப்பு ஓர் அதிசயமாகும். வாழ்க்கை என்பது ஒரு பொன்னான வாய்ப்பு. ஓர் உயர்ந்த நோக்கத்திற்காகவும் பிறருக்குச் சேவை செய்வதற்காகவும் அதை நாம் முழுமையாகப் பயன்படுத்திக் கொள்ள வேண்டும். ஆனால் நம்மில் பலர் நம்முடைய வாழ்க்கையைப் போதுமான அளவு மதிப்பதில்லை. அதை நாம் தவறாகப் பயன்படுத்துகிறோம் அல்லது வீணாக்கிவிடுகிறோம். மனித உடலாலும் மனத்தாலும் மட்டுமே இவ்வுலகில் விஷயங்களை நம்மால் சாதிக்க முடியும். இதை நாம் புரிந்து கொள்ள வேண்டியது முக்கியம்.

எனவே, தற்கொலை செய்து கொள்வதுதான் நாம் செய்யக்கூடிய மிக மோசமான காரியமாக இருக்கும். மதிப்புவாய்ந்த ஒரு பரிசை அழிப்பதற்கான மிகக் கொடூரமான வழி அது. இன்று, பல நாடுகளில் தற்கொலை ஒரு சட்டவிரோதச் செயலாகக் கருதப்படுகிறது.

மனித உடல் புனிதமானது என்பதில் சாணக்கியரும் நம்பிக்கை கொண்டிருந்தார்.

ஆச்சாரியார் கதை

ஒருநாள், மகத ராஜ்யத்தில் தற்கொலை எண்ணிக்கை மிகவும் அதிகரித்திருந்தது சந்திரகுப்தனின் கவனத்திற்குக் கொண்டுவரப்பட்டது. தாங்கள் மேற்கொள்ள வேண்டிய நடவடிக்கை குறித்துக் கலந்து பேசுவதற்காக அவன் தன் அமைச்சரவையைக் கூட்டுவதென்று தீர்மானித்தான். அக்கூட்டத்தில் கலந்து கொள்ளும்படி சாணக்கியரிடம் அவன் கேட்டுக் கொண்டான்.

“இந்தத் தற்கொலைகளுக்கான காரணம் என்ன?” என்பதுதான் சாணக்கியரின் முதல் கேள்வியாக இருந்தது.

“சிலர் பணப் பிரச்சனைக்கு ஆளாகி, அந்த அழுத்தத்தைச் சமாளிக்க முடியாமல் தற்கொலை செய்து கொள்கின்றனர். மற்றவர்கள், தாங்கள் வளர்வதற்கான வாய்ப்பு எதுவும் கிடைக்காததால் தற்கொலை செய்து கொள்கின்றனர்,” என்று சந்திரகுப்தன் கூறினான்.

"இது ஒரு தீவிரமான விவகாரம்தான். பொருளாதார வளர்ச்சிக்கும் நம்முடைய குடிமக்களுக்கு ஒரு நல்ல வாழ்க்கைத்தரத்திற்குமான ஏற்பாடுகளை நாம் செய்தாக வேண்டும். பொருளாதார நிபுணர்கள் சிலரை நாம் இந்த வேலைக்கு நியமிக்கலாம். மக்களுக்குப் பொருளாதாரரீதியான சுதந்திரத்தைக் கொடுக்கக்கூடிய பொருளாதாரக் கொள்கைகளை அவர்களால் தயாரிக்க முடியும். இந்தத் தற்கொலைகளுக்கு வேறு ஏதேனும் காரணங்கள் இருக்கின்றனவா?"

"எங்களுக்குத் தெரிந்தவரை வேறு எந்தக் காரணமும் இல்லை," என்று சந்திரகுப்தன் பதிலளித்தான்.

"வேறு காரணங்கள் நிச்சயமாக இருக்கின்றன . . ." என்று கூறிய சாணக்கியர், சிறிது நேரம் யோசனையில் ஆழ்ந்தார். பிறகு, "ஆனால் அவை உன்னிடம் ஒருபோதும் தெரிவிக்கப்பட மாட்டாது என்பது என் ஊகம். வாழ்க்கையின்மீதே வெறுப்புக் கொண்டு தற்கொலை செய்து கொள்கின்ற மக்கள் இருக்கிறார்கள். தங்களுடைய தோல்விகளுக்கும் விரக்திகளுக்கும் அவர்கள் மற்றவர்களைக் குறைகூறுகின்றனர்," என்று அவர் கூறினார். துரதிர்ஷ்டவசமாக, அவர் சொன்னது முற்றிலும் உண்மை.

அவர் மேலும் தொடர்ந்தார். "சில சமயங்களில், நம்முடைய விரக்திக்கு மற்றவர்கள் காரணமாக இருக்கின்றனர். ஆனால் அப்படிப்பட்டச் சூழ்நிலைகளிலிருந்து விலகி ஓடுவது ஒருவருக்கு எந்த விதத்திலும் உதவாது. தங்கள் அன்புக்குரியவர்களைப் பற்றி ஒரு கணம்கூட நினைத்துப் பார்க்காமல் இவர்கள் தங்கள் உயிரை மாய்த்துக் கொள்கின்றனர். எப்படி ஒருவரால் இவ்வளவு பொறுப்பற்று இருக்க முடியும்?"

பிறகு அவர் சந்திரகுப்தனிடம், "இப்பிரச்சனையைக் கையாள்வதற்கு நாம் ஒரு சட்டத்தை இயற்றியாக வேண்டும். ஒருவன் தற்கொலை செய்து கொண்டால், அவனுக்கு இறுதிச் சடங்கு எதுவும் செய்யப்படக்கூடாது. அவனுடைய உடல் வெறுமனே எரிக்கப்பட்டுவிட வேண்டும். அவனுக்கு எந்த அங்கீகாரமும் கொடுக்கப்படக்கூடாது," என்று கூறினார்.

இதைக் கேட்டு அமைச்சரவை உறுப்பினர்கள் அதிர்ச்சி அடைந்தனர். ராஜ்யத்தின் குடிமக்கள் கடவுள் பயம் கொண்டவர்களாகவும், பாரம்பரியத்தை உயர்வாக மதித்தவர்களாகவும் இருந்தனர்.

"ஆனால், இவ்வுலகைவிட்டுப் பிரிகின்ற ஒவ்வோர் ஆன்மாவுக்கும் அதற்குரிய மரியாதை கொடுக்கப்பட வேண்டும். அவர்களுடைய குடும்பத்தினர்தான் அவர்களுக்கான இறுதிச் சடங்குகளைச் செய்ய வேண்டும். நம்முடைய கலாச்சாரத்திற்கு எதிராக எப்படி நம்மால் செயல்பட முடியும் . . . ?

"ஆமாம், ஆனால் தற்கொலை செய்து கொள்கின்ற எவரொருவரும் நாகரீகமானவர்கள் அல்ல. உண்மையில்,

அவர்கள் நம்முடைய கலாச்சாரத்தைப் புரிந்து கொள்வதுகூட இல்லை. நாம் நம்முடைய உடலைப் பயன்படுத்தி அழிவின்மையை நோக்கிப் பயணிக்கிறோம். அதாவது, பரமாத்மாவை நோக்கி நாம் பயணிக்கிறோம். எனவே, அந்த உடலை இவ்வாறு பொறுப்பற்று அழிப்பது என்பது ஒரு பாவச்செயல் ஆகும்."

ஆனால் இந்த பதில் அரசனுக்கும் அமைச்சர்களுக்கும் திருப்தியளிக்கவில்லை.

இவ்விஷயத்தில் தான் மட்டுமே தீர்மானிக்க முடியாது என்பதை அறிந்திருந்த சாணக்கியர், "இந்தச் சட்டத்தை இப்போதைக்கு நாம் நடைமுறைப்படுத்தலாம். அது சிறப்பாகப் பலனளித்தால், அதை நாம் தொடர்ந்து செயல்படுத்தலாம். இல்லாவிட்டால், நாம் வேறு எதையேனும் முயற்சித்துப் பார்க்கலாம்," என்று பரிந்துரைத்தார். எனவே, அந்தச் சட்டம் ஒரு குறிப்பிட்டக் காலத்திற்கு ஒரு சோதனை முயற்சியாகச் செயல்படுத்தப்பட்டது. ஒரு மாதத்திற்குப் பிறகு, அதன் விளைவுகளைப் பரிசீலிப்பதற்காக அமைச்சரவை மீண்டும் கூடியது.

"ஆச்சாரியாரே, இந்தச் சட்டம் சிறப்பாகப் பலனளித்திருக்கிறது. இது நம்புதற்கரிய அளவில் மிகப் பெரிய தாக்கத்தை ஏற்படுத்தியுள்ளது. தற்கொலைகளின் எண்ணிக்கை இப்போது குறிப்பிடத்தக்க அளவு குறைந்துள்ளது. எனவே, நம்முடைய திட்டம் வேலை செய்து கொண்டிருக்கிறது என்று பொருள்," என்று ஓர் அமைச்சர் கூறினார்.

"தற்கொலைகளுக்கான காரணங்கள் குறித்து நாம் என்ன செய்திருக்கிறோம்?" என்று சாணக்கியர் கேட்டார். அவர் இதற்கும் ஒரு விளக்கத்தை எதிர்பார்த்தார்.

"நாம் முன்பே கலந்தாசித்ததைப்போல, ஏழைகளுக்கு அவர்களுக்குரிய நிதிகள் கிடைப்பதில்லை. பல உண்மையான பொருளாதாரரீதியான காரணங்கள் கண்டுகொள்ளப்படாமல் இருந்தன. ஊழியர்களுக்கு ஊக்கத்தொகை கொடுப்பதன் மூலமாக நாங்கள் இப்பிரச்சனையைக் கையாளத் தொடங்கியிருக்கிறோம்," என்று அந்த அமைச்சர் கூறினார்.

அக்குழுவில் இருந்த இன்னோர் அமைச்சர், "நாங்கள் பாரபட்சமின்றி ஆய்வு செய்தபோது, நம்முடைய சொந்தப் பொருளாதாரக் கொள்கைகள் மறுசீரமைக்கப்பட வேண்டியுள்ளதை நாங்கள் கண்டுபிடித்தோம். எனவே, நாங்கள் அதை நோக்கிச் செயல்படப் போகிறோம்," என்று கூறினார்.

இன்னோர் அமைச்சர், "மேலும், இந்த அரசாங்க அமைப்புமுறையில் நிலவுகின்ற ஊழல் காரணமாக, மக்களுக்குரிய நன்மைகள் அவர்களுக்குக் கிடைப்பதில்லை. இவற்றைக் களைவதை நோக்கியும் நாங்கள் செயல்பட்டுக் கொண்டிருக்கிறோம்," என்று கூறினார்.

“நம்முடைய புதிய சட்டம் குறித்து மக்கள் என்ன கூறுகின்றனர்?” என்று சாணக்கியர் கேட்டார்.

அப்போது அமைச்சர்கள் அனைவரும் சிரிக்கத் தொடங்கினர். “மரணத்தைக் கண்டு பயப்படுவதைவிட, மரணத்திற்குப் பிறகு தங்கள் உடல்களுக்கு என்ன நேருமோ என்று பயப்படுகின்ற மக்களின் எண்ணிக்கையைக் கண்டால் வேடிக்கையாக இருக்கிறது. உண்மையில், அவர்களுடைய உடல்களுக்கு இறுதிச் சடங்குகள் செய்யப்பட மாட்டாது என்று அவர்களிடம் கூறப்பட்டபோது, தற்கொலையைப் பற்றி நினைப்பதைக்கூட அவர்கள் நிறுத்திவிட்டனர்.”

சாணக்கியர் இதனோடு உடன்பட்டார். பிறகு, “சில சமயங்களில், மரணம் ஒரு தீர்வு அல்ல என்பதை மக்களுக்கு எடுத்துக்காட்டுவதுதான் அவர்களை வாழ வைப்பதற்கான சிறந்த வழியாக இருக்கிறது. வாழ்வதற்கு உங்களுக்கு ஒரே ஒரு காரணம் இருந்தால்கூட, தற்கொலையைப் பற்றிய எண்ணம் உங்களுக்கு ஒருபோதும் வரக்கூடாது,” என்று அவர் கூறினார்.

உள்நோக்குகள்

- தற்கொலையானது சமுகத்தில் உள்ள அனைவருக்கும் ஒரு பிரச்சனையாகும்.
- கடினமான சூழ்நிலைகளை நாம் நேருக்கு நேர் எதிர்கொள்ள வேண்டும். தற்கொலை என்பது ஒரு தப்பிக்கும் செயலே அன்றி, அது ஒரு விடையல்ல.
- உண்மையான மரணத்தைக் கண்டு பயப்படுவதைவிட, மரணத்திற்குப் பிறகு தங்கள் உடல்களுக்கு என்ன நேருமோ என்று மக்கள் அதிகமாக பயப்படுகின்றனர். லௌகீக உலகின்மீது பற்றற்று இருங்கள்.

அத்தியாயம் 4

உங்கள் வரிகளைச் செலுத்திவிடுங்கள்

ஆச்சாரியார் நீதி

அரசாங்கம் நேரடியாகவும் மறைமுகமாகவும் வரிகளை வசூலிக்கிறது. ஆனால், மக்கள் பல்வேறு காரணங்களுக்காக வரிகளைச் செலுத்த விரும்புவதில்லை. தாங்கள் கஷ்டப்பட்டு உழைத்துச் சம்பாதித்தப் பணத்தை அரசாங்கத்திற்குக் கொடுக்கச் சிலர் விரும்புவதில்லை. தங்கள் பணம் அரசாங்கத்திற்குப் போவதைவிட, தர்மகாரியங்களுக்குப் போவது சிறந்தது என்று சிலர் நினைக்கின்றனர். அரசாங்கம் ஊழல் நிறைந்ததாக இருப்பதாகவும், அதனால் தாங்கள் அந்த அரசாங்கத்திற்கு வரி ஏதும் செலுத்த வேண்டியதில்லை என்றும் சிலர் கருதுகின்றனர்.

காரணம் என்னவாக இருந்தாலும், வரிகளைச் செலுத்துவதை உங்களால் தவிர்க்க முடியாது என்பதுதான் உண்மை.

ஆச்சாரியார் கதை

ஒருமுறை, அரசவை நடவடிக்கைகளின்போது, "நம்முடைய வரிக் கொள்கைகள் மக்களுக்கு உகந்தவையாக இருக்க வேண்டியது முக்கியம்," என்று சாணக்கியர் கூறினார்.

அதற்கு ஒரு நிபுணர், "ஆச்சாரியாரே, மக்கள் தங்கள் வரிகளை நேர்மையாகச் செலுத்துவது இல்லை," என்று கூறினார்.

"அதனால்தான் நம்முடைய வரிக் கொள்கைகள் மக்களுக்கு நன்மை பயப்பவையாக இருக்க வேண்டும். மக்கள் தங்கள் வரிகளைச் செலுத்தத் தாங்களாகவே முன்வரும்படி அவை அமைந்திருக்க வேண்டும்."

"ஆனால் மக்கள் எப்போதாவது வரிகளை மகிழ்ச்சியாகச் செலுத்துவார்களா?" என்று இன்னொருவர் கேட்டார்.

"இது எப்படிச் சாத்தியமாகும்?" என்ற கேள்விதான் அனைவரின் முகங்களிலும் தொக்கி நின்றது.

அதற்கு பதிலளிக்கும் விதமாக, சாணக்கியர் ஓர் அழகான ஒப்புமையைக் கூறினார். "தேனீக்கள் எப்படித் தேனைச் சேகரிக்கின்றனவோ, அதேபோல நாம் நம் வரிகளை வசூலிக்க வேண்டும். ஒரு தேனீ ஒவ்வொரு மலராகச் சென்று தேனைச் சேகரிக்கிறது. ஆனால் அது அந்த மெல்லிய மலருக்கு எந்த

பாதிப்பும் ஏற்படாத விதத்தில் அதைச் செய்கிறது. அந்த மலரில் எவ்வளவு தேன் இருக்கிறது என்பதை அது முதலில் ஆய்வு செய்கிறது. பிறகு, அந்தத் தேன் முழுவதையும் எடுத்துக் கொள்ளாமல், அதிலிருந்து ஒரு சிறு பகுதியை மட்டும் அது பருகுகிறது. பிறகு, அது அடுத்த மலருக்குத் தாவுகிறது. அங்கும் அது இதையே செய்கிறது. இப்படி ஒவ்வொரு மலராகப் பறந்து சென்று, தனக்குத் தேவையான தேனை அது சேகரிக்கிறது. ஆனால் எந்தவொரு மலரிலுள்ள தேனையும் அது வற்றச் செய்வதில்லை. எனவே, இதிலிருந்து நாம் என்ன கற்றுக் கொள்ளலாம்?"

"நாம் ஒவ்வொருவரிடமிருந்தும் சிறிதளவு பணத்தை வசூலிக்க வேண்டும். இது அவர்களை மகிழ்ச்சியாக வைத்திருக்கும்," என்று சந்திரகுப்தன் கூறினான்.

ஆனால் சாணக்கியருக்கு இந்த பதில் திருப்தியளிக்கவில்லை. "அந்தத் தேனீ தனக்குக் கிடைத்துள்ள தேனால் மகிழ்ச்சியாக இருக்கிறது என்பது உண்மைதான். ஆனால் அந்த மலரின் நிலை என்னவாகும்?" என்று அவர் கேட்டார்.

எல்லோரும் ஒருவரையொருவர் பார்த்துக் கொண்டனர். "இதில் அந்த மலருக்கு என்ன நன்மை உள்ளது? அரசாங்கம் எப்படித் தன்னுடைய வரிகளை வசூலிக்கிறதோ, அதேபோல அந்தத் தேனீ தனக்குத் தேவையான தேனைச் சேகரிக்கிறது," என்று அவர்கள் யோசித்தனர்.

சாணக்கியர் இதற்கு விளக்கமளித்தார். "அந்த மலருக்கும் இதில் ஒரு நன்மை இருக்கிறது. அந்த மலரில் உள்ள மகரந்தத் தூள் இனப்பெருக்கத்திற்கானது. மகரந்தச் சேர்க்கைக்காக அது பிற மலர்களுக்குக் கொண்டு செல்லப்பட வேண்டும். மலர்களால் ஓரிடத்திலிருந்து இன்னோர் இடத்திற்கு நகர முடியாது என்பதால், தம்முடைய மகரந்தத் தூளைச் சுமந்து செல்ல அவற்றுக்குப் புறக்காரணிகள் தேவைப்படுகின்றன."

அங்கிருந்த அமைச்சர்களுக்கு இப்போது விஷயம் புரியத் தொடங்கியது. "மகரந்தத் தூளை ஒரு மலரிலிருந்து இன்னொரு மலருக்குக் கொண்டு செல்வதற்குத் தேனீக்கள் புறக்காரணிகளாகச் செயல்படுகின்றன."

"இது 'எனக்கும் வெற்றி உனக்கும் வெற்றி' நிலையாகும். இது ஓர் 'இருவழிக் கொடுக்கல் வாங்கல்' உறவாகும். ஒன்று பிழைத்திருப்பது, இன்னொன்று பிழைத்திருப்பதைச் சார்ந்துள்ளது," என்று சாணக்கியர் கூறினார்.

"ஆச்சாரியாரே, இந்த ஒப்புமையை நம்முடைய வரிக் கொள்கைகளுக்கு எப்படி நாம் செயல்படுத்துவது?" என்று சந்திரகுப்தன் கேட்டான்.

"முதலில், செல்வந்தர்களாக இருக்கின்ற குடிமக்களை நாம் எடுத்துக் கொள்ளலாம். அவர்கள் ஆக்கப்பூர்வமானவர்களாக

இருப்பதால் அவர்கள் செல்வந்தர்களாக இருக்கின்றனர். எனவே, அவர்கள்தான் நம் நாட்டின் செல்வத்தை உருவாக்குபவர்களாகவும் இருக்கின்றனர். அவர்களுக்கு பாதிப்பு ஏற்படாத விதத்தில் நாம் அவர்கள்மீது வரி விதிக்க வேண்டும். அவர்களிடம் நாம் வசூலிக்கும் தொகைக்குப் பரிமாற்றமாக, செல்வத்தை உருவாக்குவதற்கான அதிக வாய்ப்புகளை நாம் அவர்களுக்குக் கொடுக்க வேண்டும். இது அவர்களை மகிழ்ச்சியாக வைத்திருக்கும்."

"அப்படியென்றால், ஏழைகளின் நிலை என்ன?" என்று சந்திரகுப்தன் கேட்டான்.

"வரிகள் செலுத்தக்கூடிய அளவுக்கு அவர்களும் ஆக்கப்பூர்வமானவர்களாக இருப்பதை நாம் உறுதி செய்ய வேண்டும். தான் ஓர் ஏழையாகவே சாவதை எந்த ஏழையும் விரும்ப மாட்டான். கடினமாக உழைத்துச் செல்வத்தை ஈட்டுவதற்கான வாய்ப்புகளை நாம் அவனுக்குக் கொடுக்க வேண்டும். அவனிடம் போதுமான அளவு பணம் இருக்கும்போது, பொருத்தமான வரிகளை அவன்மீது விதியுங்கள். எல்லோரும் வரி செலுத்தும்படி நாம் செய்துவிட்டால், தாங்கள் பணக்காரர்களாக இல்லாவிட்டால்கூடப் பணக்காரர்களாக ஆவது அவர்களுடைய லட்சியமாக ஆகிவிடும். 'உனக்கும் வெற்றி எனக்கும் வெற்றி' என்ற ஒரு சூழ்நிலையை உருவாக்குவதற்கு, சிறிது சிறிதாகத் தேனைச் சேகரிக்கின்ற அந்தத் தேனீயைப்போல நாம் இருக்க வேண்டும்.

சாணக்கியர் கூறிக் கொண்டிருந்த விஷயங்களை அந்த அமைச்சரவையில் இருந்த அனைவரும் உன்னிப்பாகக் கேட்டுக் கொண்டிருந்தனர். "கடைசியாக ஒரு விஷயம் – வரி செலுத்துகின்றவர்களுக்கு நாம் மதிப்புக் கொடுப்பதை நாம் உறுதி செய்ய வேண்டும். விருதுகள் மற்றும் அங்கீகாரங்கள் மூலமாக அந்த மதிப்பை நாம் அவர்களிடம் வெளிப்படுத்த வேண்டும். நம்முடைய நாட்டின் செல்வத்தை உருவாக்குவதில் அவர்களுடைய முயற்சிகளை நாம் அங்கீகரிக்க வேண்டும். அவர்களுடைய பணம் எப்படி ஏழை எளிய மக்களுக்கு நன்மை பயத்துள்ளது என்பதையும் நாம் அவ்வப்போது அவர்களுக்குக் காட்ட வேண்டும். அப்போது, வரி செலுத்துவது குறித்து அவர்கள் நல்லவிதமாக உணர்வார்கள்."

உள்நோக்குகள்

♦ வரி செலுத்த யாரும் விரும்புவதில்லை. ஆனால், வரி செலுத்துவது குறித்து மக்களிடம் ஒரு நல்லவிதமான உணர்வை ஏற்படுத்தும்போது, அவர்கள் தாங்களாகவே வரி செலுத்த விரும்புவார்கள்.

♦ வரி வசூலிப்பைப் பொருத்தவரை, 'எனக்கும் வெற்றி உனக்கும் வெற்றி' என்ற ஒரு சூழ்நிலையில் அரசாங்கம் செயல்பட வேண்டும். அந்தத் தேனீயைப்போலவே, எந்த மக்கள்மீது வரிகள் விதிக்கப்படுகின்றனவோ, அவர்களுக்கு வாய்ப்புகளை உருவாக்கிக் கொடுக்க வேண்டியது அரசாங்கத்தின் கடமையாகும்.

♦ மிக அதிக அளவில் வரி செலுத்துகின்ற மக்கள் அங்கீகரிக்கப்பட வேண்டும். வரி செலுத்துவதற்கு இது மற்றவர்களையும் ஊக்குவிக்கும். ஏனெனில், சமுதாயத்தில் அவர்கள் மதிக்கப்படுவார்கள், அங்கீகரிக்கப்படுவார்கள்.

அத்தியாயம் 5

அமைதியான முறையில் பணத்தை மீட்டெடுத்தல்

ஆச்சாரியார் நீதி

ஒருவனிடம் பணம் இல்லாதபோது அவன் என்ன செய்ய வேண்டும்? தனிநபர்களும் அரசாங்கங்களும் அடிக்கடி எதிர்கொள்கின்ற ஒரு பிரச்சனை இது.

நம்முடைய சிறந்த முயற்சிகளையும் திட்டங்களையும் தாண்டி, சில சமயங்களில் நாம் முற்றிலும் நொடிந்து போய்விடுகிறோம். அப்படிப்பட்ட சமயங்களில் நாம் நம்பிக்கை இழந்துவிடுகிறோம். அச்சூழ்நிலையிலிருந்து மீள்வதற்கு நமக்கு ஒரு வழியே இல்லை என்பதுபோல நமக்குத் தோன்றுகிறது.

ஆனால், எந்தவொரு பிரச்சனைக்கும் ஏராளமான தீர்வுகள் இருப்பதாகச் சாணக்கியர் போன்ற நபர்கள் நினைக்கின்றனர். நாம் தீர்வுகளைத் தேட வேண்டும், அவ்வளவுதான்.

ஆச்சாரியார் கதை

"அரசே, நம்முடைய ராஜ்யத்தின் சில பகுதிகளில் கடுமையான வறட்சி நிலவுகிறது. நாம் என்ன செய்ய வேண்டும்?" என்று வருவாய்த் துறை அமைச்சர் சந்திரகுப்தனிடம் கேட்டார்.

"நம்முடைய கஜானாவில் என்ன இருக்கிறது?" என்று சந்திரகுப்தன் கேட்டான்.

"அதிகமாக எதுவுமில்லை. இவ்வருடம் போதுமான மழை இல்லாததால், நாம் அவ்வளவாக வரிகளை வசூலிக்கவில்லை. கருவூலத்தில் இருக்கும் பணமும் ஒருசில மாதங்களுக்கு மேல் தாக்குப் பிடிக்காது. ஊழியர்களுக்குச் சம்பளம் கொடுக்கப்பட வேண்டும், அரண்மனைப் பராமரிப்புச் செலவுகளுக்குப் பணம் வேண்டும், நடைபெற்றுக் கொண்டிருக்கின்ற பல்வேறு பணித்திட்டங்களுக்கும் பணம் வேண்டும். அதோடு, வறட்சி பாதித்துள்ள பகுதிகளைச் சேர்ந்த மக்களுக்கு நிவாரணம் வழங்குவதற்காகவும் நாம் நிதிகளை ஒதுக்கியாக வேண்டும்."

"நாம் இப்போது என்ன செய்யலாம்?"

சந்திரகுப்தனும் அவனுடைய அமைச்சரும் இப்பிரச்சனையைப் பற்றி சிந்தித்துக் கொண்டிருந்தபோது, சாணக்கியர் அந்த அறைக்குள் நுழைந்தார். வழக்கம்போல, அவரிடம் அப்பிரச்சனைக்கான ஒரு விடை இருந்தது.

"அமைதியான முறையில் பணத்தை வசூலிக்கும் உத்தியை நாம் செயல்படுத்த வேண்டும்," என்று அவர் கூறினார். சாணக்கியரின் இந்த உத்தியைப் பற்றி யாரும் அறிந்திருக்கவில்லை. அவர் அதை யாரிடத்திலும் வெளிப்படுத்தியிருக்கவில்லை. ஆனால், இன்று அந்த உத்தியை வெளிப்படுத்துவது மட்டுமல்லாமல், அதைச் செயல்படுத்துவதற்கான நேரமும் வந்திருந்தது.

"அரசாங்கம் வசூலிக்க வேண்டிய பணம் எப்போதும் ஒரு பெரிய தொகையாகவே இருக்கிறது. ஆனால் நெருக்கடியான காலகட்டங்களில், அதை உடனடியாகவும் திறமையாகவும் மீட்டெடுப்பதற்கான ரகசியமான வழிகள் இருக்கின்றன," என்று சாணக்கியர் கூறினார்.

"ஆச்சாரியாரே, நாம் அதை எப்படிச் செய்வது?"

"இப்படிப்பட்ட நெருக்கடியான சமயங்கலில், ஒருசில நபர்கள் நமக்கு உதவும் நிலையில் இருக்கின்றனர். அவர்கள் அரசாங்கத்தின் சம்பளப் பட்டியலில் இடம்பெற்றுள்ளனர், ஆனால் அவர்களிடம் நாம் கேட்டுக் கொள்ளும்வரை அவர்கள் எந்த நடவடிக்கையும் எடுப்பதில்லை. அவர்கள் நம்முடைய அமைதியான வீரர்கள். அவர்கள் நமக்காகச் சண்டையிடத் தயாராக இருக்கின்றனர், ஆனால் நமக்கு வேறு எந்த வழியும் இல்லாமல் போகும்போது மட்டுமே நாம் அவர்களைப் பயன்படுத்திக் கொள்கிறோம்."

பிறகு அவர் சந்திரகுப்தனைப் பார்த்து, "நீ இன்றிரவு என்னைத் தனியாகச் சந்திக்க வேண்டும்," என்று அறிவுறுத்தினார். அன்றிரவில் சந்திரகுப்தன் சாணக்கியரின் வீட்டிற்குச் சென்றபோது, அங்கு இன்னும் மூன்று நபர்கள் அமர்ந்திருந்தனர். சாணக்கியர் அவர்களிடம் சில கேள்விகளைக் கேட்டுக் கொண்டிருந்ததுபோலத் தெரிந்தது. சந்திரகுப்தனைக் கண்டவுடன், அந்த அறையைவிட்டு வெளியேறும்படி அவர்கள் மூவரையும் சாணக்கியர் கேட்டுக் கொண்டார். பிறகு அவர் சந்திரகுப்தனிடம் திரும்பினார்.

"சந்திரகுப்தா, நமக்குத் தகவல் தெரிவிக்கக்கூடிய பல தகவலாளிகளை நான் நியமித்துள்ளேன். நீ இப்போது பார்த்த மூன்று பேரும் அவர்களில் சிறந்தவர்கள். முறைசாராப் பொருளாதாரம் எப்படி வேலை செய்கிறது என்பதை அவர்கள் துல்லியமாக அறிந்திருக்கின்றனர். குறுகிய கால அறிவிப்பில் அரசுக் கருவூலத்தை நிரப்புவதற்கான திறமை அவர்களுக்கு இருக்கிறது," என்று சாணக்கியர் கூறினார்.

சாணக்கியர் என்ன செய்து கொண்டிருந்தார் என்பதைப் புரிந்து கொள்வதற்குச் சந்திரகுப்தன் இன்னும் முயற்சித்துக் கொண்டிருந்தான். ஆனாலும், அவன் பொறுத்திருந்து பார்க்கத் தீர்மானித்தான்.

"இப்போது நான் அவர்கள் அனைவரையும் தனித்தனியாக சந்தித்து, அவர்கள் ஒவ்வொருவருக்கும் தனித்தனி இலக்குகளையும் உத்திகளையும் கொடுக்கப் போகிறேன்," என்று சாணக்கியர் கூறினார்.

அவர் அவ்வாறே செய்தார். சந்திரகுப்தன் அதை உன்னிப்பாக கவனித்தான். சாணக்கியர் பேசிய முதல் நபர், வணிகச் சமூகத்தைச் சேர்ந்தவராக இருந்தார். "வறட்சியைக் கையாளப் போதுமான தானியங்கள் நமக்கு எங்கே கிடைக்கும்?" என்று சாணக்கியர் அவரிடம் கேட்டார்.

"ஆச்சாரியாரே, தானிய வணிகர்கள் இருபது பேரின் பெயர்கள் இப்பட்டியலில் உள்ளன. இவர்கள் அனைவரும், விவசாயிகள் உற்பத்தி செய்த தானியங்களைத் தங்களுடைய தனிப்பட்டச் சேமிப்புக் கிடங்குகளில் ரகசியமாகப் பதுக்கி வைத்துள்ளனர். இவர்கள் மிகவும் தந்திரமானவர்கள். அரசாங்க அதிகாரிகளுக்கும் இவர்கள் லஞ்சம் கொடுத்துள்ளனர். இப்போது வறட்சி மேலும் மோசமடைந்து கொண்டிருப்பதால், இவர்கள் அந்த தானியங்களைக் கருப்புச் சந்தையில் விற்பார்கள்."

சாணக்கியர் ஒரு கணம் யோசித்துவிட்டு, "நான் உங்களுக்கு மூன்று அரசாங்க அதிகாரிகளையும் இருபது ராணுவ வீரர்களையும் தருகிறேன். அந்த இருபது வணிகர்களுடைய சேமிப்புக் கிடங்குகளில் திடீர்ச்சோதனை மேற்கொள்ளுங்கள். ஆனால் இவ்விஷயம் வெளியே தெரியாமல் பார்த்துக் கொள்ளுங்கள். அந்தச் சேமிப்புக் கிடங்குகளில் பதுக்கி வைக்கப்பட்டுள்ள அனைத்து தானியங்களையும் மீட்டெடுங்கள். திடீர்ச்சோதனை நடைபெற்று முடிந்ததும், அனைத்து தானியங்களும் மூன்று நாட்களில் அரசாங்கச் சேமிப்புக் கிடங்கிற்கு வந்துசேர வேண்டும்," என்று கூறினார்.

அதை ஆமோதித்துவிட்டு அந்நபர் அங்கிருந்து புறப்பட்டுச் சென்றார்.

சாணக்கியர் அடுத்த நபரை உள்ளே அழைத்தார். "வட்டிக்குப் பணம் கொடுக்கின்ற நபர்களின் வியாபாரம் எப்படிப் போய்க் கொண்டிருக்கிறது என்று கூறுங்கள்," என்று சாணக்கியர் அவரிடம் கேட்டார்.

அதற்கு அந்நபர் கூறிய பதிலைக் கேட்டுச் சந்திரகுப்தன் அதிர்ச்சியடைந்தான்.

"ஆச்சாரியாரே, வட்டிக்குப் பணம் கொடுப்பவர்களின் வியாபாரம் அமோகமாகச் சென்று கொண்டிருக்கிறது. மக்கள் பொருளாதார அழுத்தத்திற்கு ஆளாகியிருக்கும்போது, இந்த வட்டிக்கடைக்காரர்கள், வழக்கத்தைவிட மூன்று அல்லது நான்கு மடங்கு அதிக வட்டியை அவர்களிடமிருந்து வசூலிக்கின்றனர். இந்நபர்கள், கள்ள நாணயங்களையும் அம்மக்களிடம் கொடுத்து

அவர்களை ஏமாற்றுகின்றனர். இப்படிப்பட்டவர்கள் சுமார் நூறு பேர் இருக்கின்றனர்."

இந்த வட்டிக்கடைக்காரர்களைக் கையாள்வதற்குச் சாணக்கியருக்கு நேரம் இருக்கவில்லை. அவர்களுடைய பணம் மட்டும் அரசாங்கக் கருவூலத்திற்கு உடனடியாக வந்து சேருவதை மட்டுமே அவர் விரும்பினார்.

"சரி, ஒரு துணிச்சலான கிராமத்து இளைஞன் ஒருவனை எனக்குத் தெரியும். மிக அதிக அளவில் ஏமாற்றுகின்ற வட்டிக்கடைக்காரர்கள் மூவரை அவனுக்கு அடையாளம் காட்டுங்கள். அவன் அவர்களைக் கொன்றுவிடுவான். அவன் அவ்வாறு செய்தவுடன், அது பற்றிய செய்தியைப் பரப்புங்கள். இந்தக் குற்றவாளிகளுக்கு ஒரு பாடம் கற்பிக்கப்பட வேண்டும். மரண பயம் அவர்களை ஆட்கொள்ளும்போது, பாதுகாப்பு வேண்டி அவர்கள் தாங்களாகவே முன்வந்து அரசாங்கக் கருவூலத்தை நிரப்புவார்கள்."

மூன்றாவது நபர் அப்போது உள்ளே வந்தார். சாணக்கியர் அவரைச் சந்திரகுப்தனிடம் சுட்டிக்காட்டி, "இவரைத்தான் நான் அதிகமாக நம்பியிருக்கிறேன். நம்முடைய அரசாங்கத்தில் வேலை செய்கின்ற ஊழல் பேர்வழிகளின் பெயர்கள் அடங்கிய ஒரு பட்டியல் இவரிடம் இருக்கிறது," என்று கூறினார்.

அந்நபர் அவர்களுடைய பெயர்களை அறிவித்தபோது, சாணக்கியர் இவ்வாறு கூறினார்: "அரசே, நீயே இவர்களிடம் நேரில் சென்று, பொருத்தமான தண்டனையை அவர்களுக்குக் கொடுக்க வேண்டும். அவர்கள் தங்களுடைய அந்தஸ்தை இழப்பது குறித்து பயப்படுவார்கள். எனவே, உனக்குத் தேவையான தகவல்களை அவர்கள் உடனடியாகக் கொடுத்துவிடுவார்கள்."

சாணக்கியரின் திட்டம் சிறப்பாகச் செயல்பட்டது, இறுதியில், மழையும் பொழிந்தது. சில மாதங்களுக்குப் பிறகு, ராஜ்யத்தின் சூழ்நிலை மெல்ல மெல்ல மேம்பட்டது. இதற்கிடையே, சாணக்கியர் கற்றுக் கொடுத்திருந்த அருமையான பாடத்தால், இயற்கைப் பேரழிவுகளை எப்படிக் கையாள்வது என்பதைச் சந்திரகுப்தன் கற்றுக் கொண்டிருந்தான்.

உள்நோக்குகள்

- எந்தவொரு சூழ்நிலையும் ஒரு நெருக்கடியாகக் கருதப்படக்கூடாது. அமைதியாக யோசித்தால், எந்தவொரு பிரச்சனைக்கும் ஒரு தீர்வு காண முடியும்.

- முறைசார் பொருளாதாரம், முறைசாராப் பொருளாதாரம் என்று இரண்டு வகையான பொருளாதாரங்கள் இருக்கின்றன. முறைசார் பொருளாதாரம் தொடர்ந்து செயல்படும்போது, முறைசாராப் பொருளாதாரத்தின் செயல்பாட்டையும் ஒரு தலைவன் உன்னிப்பாக கவனிக்க வேண்டும்.

- ஒவ்வொரு சிக்கலான பிரச்சனைக்கும், உங்கள் சொந்த மக்களே தீர்வுகளைக் கொடுப்பார்கள். உங்களுடைய தகவலாளிகளைப் புத்திசாலித்தனமாகப் பயன்படுத்திக் கொள்ளுங்கள்.

அத்தியாயம் 6

பெண்களுக்கான வேலை வாய்ப்பு

ஆச்சாரியார் நீதி

பெண்கள் மேம்பாட்டிற்கும் சாணக்கியரின் காலகட்டத்திற்கும் என்ன தொடர்பு என்று ஒருவர் யோசிக்கக்கூடும். ஏனெனில், பெண்கள் மேம்பாடு என்பது ஒரு நவீனக் கோட்பாடு. ஆனால், பெண்கள் மேம்பாட்டைப் பற்றி நம்முடைய பண்டைய மறைநூல்களில் பல இடங்களில் குறிப்பிடப்பட்டுள்ளன. குறிப்பாக, பெண்களுக்கான வேலை வாய்ப்பைப் பற்றிய குறிப்புகள் கணிசமாகக் காணப்படுகின்றன. பெண்களுக்குக் கல்விய வழங்கி, அவர்களுக்கு ஒரு வேலையைக் கொடுப்பது ஒரு நாட்டின் வளர்ச்சிக்கு இன்றியமையாதது ஆகும்.

நம்முடைய நாடு பெண்களின் ஆற்றலை மதிக்கிறது. பெண்கள் 'சக்தி' என்று அழைக்கப்படுகின்றனர். ஊதியத்துடன்கூடிய வேலையைத் தேடிக் கொள்ளப் பெண்களை ஊக்குவித்தவர்களில் சாணக்கியரும் ஒருவர். இப்போதும்கூட நாம் நம்முடைய கடந்தகாலப் பெருமையை மீட்டெடுத்தாக வேண்டும்.

ஆச்சாரியார் கதை

சாணக்கியரும் சந்திரகுப்தனும் அரசாங்க விவகாரங்களைப் பற்றிப் பேசிக் கொண்டிருந்தனர்.

"நம்முடைய பெண்களின் நிலைமையைப் பற்றி நாம் ஏதேனும் செய்ய வேண்டும்," என்று சாணக்கியர் ஆழ்ந்த கரிசனத்தோடு கூறினார்.

"ஏன் ஆச்சாரியாரே? என்ன பிரச்சனை? நாம் பெண்களை மதிக்கிறோம். அவர்கள் நம்முடைய ராஜ்யத்தில் பாதுகாப்பாக இருக்கின்றனர். பிறகு நீங்கள் எது குறித்துக் கவலைப்படுகிறீர்கள்?"

"நம்முடைய சமுதாயத்தில் பெண்களின் நிலை நன்றாகத்தான் இருக்கிறது, ஆனால் நான் அதை மேலும் சிறப்பானதாக ஆக்க விரும்புகிறேன். பெண்கள் மதிக்கப்பட வேண்டும் என்பது உண்மை. ஆனால் அவர்கள் செய்யும் வேலைக்கு நாம் அவர்களுக்கு ஊதியமும் கொடுத்தாக வேண்டும்."

சாணக்கியருக்கு மட்டுமே தன்னுடைய வார்த்தைகள்

புரிந்ததுபோலத் தோன்றியது. ஆனால் தன் கருத்துக்களை சுலபமாக எடுத்துரைக்கக்கூடிய திறனும் அவருக்கு இருந்தது.

“சந்திரகுப்தா, நீ எந்தப் பெண்ணை மிக அதிகமாக மதிக்கிறாய்?”

“என் அம்மாவை,” என்று சந்திரகுப்தன் சட்டென்று கூறினான்.

“நீ அவருக்கு எவ்வளவு ஊதியம் கொடுக்கிறாய்?”

“ஊதியமா? ஆச்சாரியாரே, அவர் ராஜமாதா. அவருக்குப் பணம் எதுவும் தேவையில்லை. எல்லாமே அவருடைய கட்டளைக்கு உட்பட்டுத்தானே இருக்கிறது?” என்று சந்திரகுப்தன் பெருமையோடு கூறினான்.

சாணக்கியர் இதைக் கேட்டுச் சிரித்துவிட்டு, “பெண்கள் மேம்பாடு அடைந்திருப்பதாக நீ கூறுகிறாய்! ராஜமாதாவிற்கு வெறும் பதவியும் அதிகாரமும் மட்டும் இருந்தால் போதாது. அவருக்குப் பொருளாதாரச் சுதந்திரமும் இருக்க வேண்டும்,” என்று கூறினார்.

சந்திரகுப்தனுக்கு லேசாகப் புரிந்ததுபோலத் தோன்றியது. சாணக்கியர் கூறியதை அவன் ஆமோதித்துத் தலையசைத்தான்.

“உன்னுடைய அரசியரின் நிலை என்ன?” என்று சாணக்கியர் கேட்டார்.

“என் அரசியரா? ஆச்சாரியாரே, அவர்களுக்குப் பணம் எதுவும் தேவையில்லை. அவர்களுக்கு வேண்டிய எல்லாமே அவர்களிடம் இருக்கின்றன.”

“நம்முடைய கலாச்சாரத்தில், பெண்கள் லட்சுமியின் அம்சமாகப் பார்க்கப்படுகின்றனர். செல்வத்திற்கும் செழிப்பிற்குமான அடையாளச் சின்னம்தான் லட்சுமி. ஆனால், இந்த அந்தஸ்து வெறும் வார்த்தைகளாக மட்டுமே இருக்கிறது. அது செயல்படுத்தப்படவும் வேண்டும்.”

பிறகு, சாணக்கியர் ஒரு செயற்திட்டத்தைப் பரிந்துரைத்தார். “அரசாங்க ஊழியர்களுக்கு அடுத்த முறை நீ சம்பளம் வழங்கும்போது, ராஜமாதாவையும் உன்னுடைய பட்டத்து ராணியையும் அப்பட்டியலில் சேர்த்துக் கொள். இந்தத் தீர்மானம் ஒரு மாபெரும் தாக்கத்தை நிச்சயமாக ஏற்படுத்தும்.”

சந்திரகுப்தன் எந்தத் தயக்கமும் இன்றி அதை ஒப்புக் கொண்டபோதிலும், அவனுள் இன்னும் ஒரு லேசான சந்தேகம் இருந்தது. “அவர்கள் இருவருக்கும் எதற்கு ஊதியம் கொடுக்க வேண்டும்? ஒருவருக்கு மட்டும் கொடுத்தால் போதாதா? அதுகூட அவர்களை மேம்படுத்தும் செயல்தானே?” என்று அவன் கேட்டான்.

சாணக்கியர் ஒரு புன்னகையோடு இப்படி விளக்கினார்: “நீ ஒரே ஒரு பெண்ணுக்கு மட்டும் ஊதியம் வழங்கினால், இன்னொருவர் எப்படி உணர்வார்? ஒரு பெண் உன்னை

ஈன்றெடுத்தாள், உன்னை வளர்த்து ஆளாக்கினாள், உலகை எதிர்கொள்ள உன்னைத் தயார்படுத்தினாள். இன்னொருத்தி உனக்காகத் தன் குடும்பத்தையும் தன் வீட்டையும் விட்டுவிட்டு வந்து, நீ செய்கின்ற எல்லாவற்றிலும் உனக்குத் துணை நிற்கிறாள். இவர்களில் ஒருவரை மட்டும் ஆதரிப்பது நல்லதல்ல. இருவரையும் சமமாக நீ மேம்படுத்த வேண்டும்."

சந்திரகுப்தன் அதற்கு ஒப்புக் கொண்டான். அந்த மாதம், ஒரு கணிசமான தொகை கிடைக்கப் பெற்ற ராஜமாதாவும் பட்டத்து அரசியும் ஆச்சரியமடைந்தனர். சாணக்கியர் இந்த யோசனையை முன்மொழிவதற்கு முன்புவரை, இவ்விரு பெண்களுக்கும் தங்கள் சொந்த மதிப்புத் தெரிந்திருக்கவில்லை.

"அவ்விரு பெண்களும் இதைப் பற்றி என்ன நினைக்கிறார்கள்?" என்று சாணக்கியர் கேட்டார்.

"அவர்கள் இவ்வளவு மகிழ்ச்சியாக இருந்து நான் பார்த்ததே இல்லை. உங்கள் யோசனை சிறப்பாக வேலை செய்துள்ளது," என்று சந்திரகுப்தன் புளகாங்கிதத்துடன் கூறினான். ஆனால் சாணக்கியருக்கு இதில் முழு உடன்பாடு இருக்கவில்லை.

"சந்திரகுப்தா, பணம் மட்டுமே அவர்களுடைய மகிழ்ச்சிக்கான ஒரே காரணம் அல்ல. இப்பெண்கள் இலவசமாக உனக்கு நல்ல அறிவுரைகளைக் கொடுக்கின்றனர். உனக்குக் கண்ணோட்டங்களைக் கொடுப்பதன் மூலம் அவர்கள் உன்னுடைய திட்டங்களை மேம்படுத்துகின்றனர். ஆனால் இப்பெண்கள் செய்கின்ற அதே வேலையைச் செய்கின்ற நம்முடைய அமைச்சர்களுக்கு மட்டும் நாம் ஊதியம் கொடுக்கிறோம். ஒரு பெண்ணின் மனம் எந்தவொரு பிரச்சனைக்கும் ஒரு புதிய பரிமாணத்தைக் கொடுக்கிறது. ஆனால் நாம் அதைப் பெரிதாக எடுத்துக் கொள்வதில்லை. பல சமயங்களில், கலந்துரையாடல்களில் அவள் எந்தப் பங்களிப்பும் செய்யத் தேவையில்லை என்றுகூட அவளிடம் கூறப்படுகிறது. பெண்களின் பங்களிப்பு சமையலறையோடு முடிந்துவிடுகிறது என்பது ஒரு மாயை. ஒரு பெண் என்பவள் தனக்கென்று சொந்தமாக ஒரு மூளையும் உள்ளுணர்வுகளும் கொண்ட ஒரு முழுமையான நபராவாள்."

இதைத் தொடர்ந்து, அரசாங்க விவகாரங்கள் தொடர்பாகத் தன்னுடைய தாயார் மற்றும் அரசியரின் கருத்துக்களைச் சந்திரகுப்தன் கேட்கத் தொடங்கினான். அந்த மாற்றுக் கண்ணோட்டங்கள் அவனுடைய ராஜ்யத்திற்கு வளம் சேர்த்தன. உண்மையில், சாணக்கியருடனான அடுத்த சந்திப்பின்போது, அவன் அவரிடமிருந்து அதிகமான விஷயங்களைத் தெரிந்து கொள்ள விரும்பினான். "ஆச்சாரியாரே, பெண்களைப் பணிநியமனம் செய்வதற்கு நம்மால் வேறு என்னவெல்லாம் செய்ய முடியும்?" என்று அவன் கேட்டான்.

"நாட்டின் பொருளாதாரத்திற்குப் பங்களிப்பதற்காகப் பெண்களைப் பணிநியமனம் செய்வதை மட்டுமே நோக்கமாகக் கொண்டு ஒரு தொழிற்துறையை நாம் ஏன் உருவாக்கக்கூடாது?" என்று சாணக்கியர் கேட்டார்.

அப்போது அங்கு இருந்த மூத்தப் பொருளாதார நிபுணர் ஒருவர், "நெசவுத் தொழிற்துறையை விரிவுபடுத்துவதைப் பற்றி நாங்கள் யோசித்துக் கொண்டிருந்தோம். திறமையான எண்ணற்றத் தொழிலாளர்கள் அதற்குத் தேவைப்படுகின்றனர். இத்துறையில் பெண்களை அதிக எண்ணிக்கையில் நாம் வேலைக்கு எடுத்துக் கொண்டால் என்ன?" என்று கேட்டார்.

சாணக்கியருக்கு அந்த யோசனை பிடித்துப் போயிற்று. "பிரமாதமான பரிந்துரை! நாம் இக்கணமே இந்த யோசனையை நடைமுறையில் செயல்படுத்தலாம். வயதான பெண்கள், விதவைகள், தங்கள் குடும்பங்களுக்கு ஆதரவாக இருக்கின்ற இளம்பெண்கள் ஆகியோருடைய தேவைகள் நிறைவேற்றப்படுவதை நாம் உறுதி செய்ய வேண்டும். கூடவே, அவர்களுடைய பாதுகாப்பை உறுதி செய்வதற்கு நாம் கண்டிப்பான சட்டங்களை நிறைவேற்ற வேண்டும். தன்னுடைய நிறுவனத்திற்காக வேலை பார்க்கின்ற எந்தவொரு பெண்ணையும் யாரும் தவறாகப் பயன்படுத்திவிடக்கூடாது."

பிறகு, "நம்முடைய பெண்கள்தான் நம்மை முன்னேற்றப் பாதையில் வழிநடத்திச் செல்வர்," என்று சாணக்கியர் தனக்குத் தானே கூறிக் கொண்டார்.

உள்நோக்குகள்

♦ ஊதியத்துடன்கூடிய வேலையும் ஒரு விதமான மரியாதைதான். ஆண்களுக்கும் பெண்களுக்கும் ஒரு குறிப்பிட்ட வேலைக்கு ஒரே மாதிரியான சம்பளம் வழங்கப்பட வேண்டும்.

♦ உத்திகள், அரசியல் ஆகியவை உட்பட, எல்லா விஷயங்கள் குறித்தும் பெண்கள் ஒரு வித்தியாசமான கண்ணோட்டத்தை வழங்குகின்றனர். அவர்களுடைய கருத்துக்களும் அபிப்பிராயங்களும் மதிக்கப்பட வேண்டும்.

♦ வேலைக்குப் போகின்ற பெண்கள் தாங்கள் பாதுகாப்பாக இருப்பதாக உணர வேண்டும். தங்களுக்குப் பாதகமான சூழ்நிலைகளில் வேலை செய்ய அவர்கள் கட்டாயப்படுத்தப்படக்கூடாது.

அத்தியாயம் 7
_____

ஓர் ஆசிரியரின் மகன்

ஆச்சாரியார் நீதி

ஆசிரியர்கள் இச்சமுதாயத்தில் மிக உயர்வாக மதிக்கப்படுகின்றனர். ஓர் ஆசிரியரின் குழந்தையாக இருப்பது ஒருவனுக்குக் கிடைக்கின்ற ஒரு கௌரவமும் ஓர் ஆசீர்வாதமும் ஆகும். வீட்டில் எப்போதும் கற்றலுக்கான ஒரு சூழல் நிலவுவதால், அக்குழந்தை தானாகக் கற்க முயற்சிக்காவிட்டாலும்கூட அவன் அதை சுவீகரித்துவிடுகிறான்.

சாணகரின் மகனான சாணக்கியருக்கு இந்த அனுகூலம் இருந்தது. சாணகர் ஒரு பிரமாதமான ஆசிரியர். அர்த்தசாஸ்திரத்திலும் ஆட்சியியலிலும் நிபுணரான அவர், ஒரு மாபெரும் சிந்தனையாளராக இருந்தார். அவர் தன்னுடைய எண்ணற்ற மாணவர்களுக்கு உத்வேகமூட்டியதோடு கூடவே, தன்னுடைய சக ஆசிரியர்களுக்கும் அவர் ஓர் உத்வேகமாக இருந்தார். சாணக்கியர் வளர்ந்து வந்த காலத்தில், சாணகர்தான் அவருடைய வழிகாட்டியாக இருந்தார். எனவே, சாணக்கியர் தன் தந்தையின் அடியொற்றி நடந்ததில் வியப்பேதும் இல்லை.

சாணக்கியர் ஒரு பல்கலைக்கழகத்தில் முறைசார் முறையில் கல்வி கற்பித்து நெடுங்காலம் ஆகியிருந்தது. தலைவிதியும் தெய்வீகமும், நாட்டை உருவாக்குதல் என்ற ஒரு தனித்துவமான வேலையைச் செய்வதற்குச் சாணக்கியரைத் தேர்ந்தெடுத்திருந்தன. இந்த வேலையின் வெற்றியும் தாக்கமும் தொடர்ந்து பல தலைமுறைகள் நீடித்தன. தான் ஒரு யுகபுருஷராக ஆவோம் என்றும், மக்கள் தன்னைப் பற்றி என்றென்றும் பேசுவர் என்றும் சாணக்கியரால் கற்பனை செய்திருக்க முடியாது. அவர் அலெக்சாண்டரைத் தோற்கடித்து, தான் உருவாக்கியிருந்த ஒரு நாட்டின் பேரரசனாகச் சந்திரகுப்தனை நியமித்திருந்தார். நாட்டை நெடுங்காலம் வலிமையானதாகவும் சக்திவாய்ந்ததாகவும் வைத்திருக்கக்கூடிய சட்டங்களையும் கொள்கைகளையும் அவர் நிறுவினார். ஆனால் அவர் ஓய்வு பெறுவதற்கான காலம் விரைவில் வரவிருந்தது.

ஆச்சாரியார் கதை

சாணக்கியர் தன்னுடைய வாழ்க்கையைப் பற்றி சிந்தித்தபடி அமர்ந்திருந்தார். அவருடைய வாழ்க்கை சுலபமானதாக

இருந்திருக்கவில்லை. அவருடைய பாதை முட்களால் நிரம்பியிருந்தது. பல சமயங்களில், அவர் புதிதாக ஒரு சாலையை அமைக்க வேண்டியிருந்தது. இப்போது தன்னுடைய வேலை முடிந்துவிட்டதாகவும், சந்திரகுப்தனுக்கு ஒரு புதிய முதன்மை ஆலோசனையாளரை நியமிப்பதற்கான நேரம் வந்திருந்ததாகவும் சாணக்கியர் நம்பினார். சந்திரகுப்தனுக்குத் தன்னுடைய உதவி தேவைப்பட்டபோது அவனுக்கு உதவத் தயாராக இருந்த அவர், தன்னுடைய முழுநேர வேலை இப்போது இன்னொருவரிடம் கொடுக்கப்பட்டாக வேண்டும் என்று உறுதியாக நம்பினார். எனவே, தன்னுடைய பதவிக்குப் பொருத்தமான ஒரு நபரை அவர் தேடத் தொடங்கினார்.

அவர் அத்தேடலை ரகசியமாக மேற்கொண்டபோதிலும், மக்களின் கவனத்திலிருந்து அது தப்பவில்லை. "அரசவைப் பணியிலிருந்து ஆச்சாரியார் ஓய்வு பெறத் திட்டமிட்டுக் கொண்டிருக்கிறார்," என்ற விஷயம் காட்டுத்தீபோலப் பரவியது. விரைவில் அது சந்திரகுப்தனின் காதுகளை எட்டியது. அவன் உடனடியாகச் சாணக்கியரைப் பார்க்கச் சென்றான்.

"ஆச்சாரியாரே, நான் என்ன கேள்விப்பட்டுக் கொண்டிருக்கிறேன்? நீங்கள் உங்கள் வேலையிலிருந்து ஓய்வு பெறப் போவதாகத் திட்டமிட்டுக் கொண்டிருக்கிறீர்கள் என்பது உண்மைதானா?"

சாணக்கியர் அவனிடம் பொய்யுரைக்க விரும்பவில்லை. "சில காலமாக நான் இதைப் பற்றி சிந்தித்து வந்துள்ளேன். இங்கு என் வேலை முடிந்துவிட்டது. நீ ஒரு திறமையான, வலிமையான அரசனாக இருக்கிறாய். எதிர்காலத்தில் உன்னை வழிநடத்துவதற்குப் போதுமான மக்கள் இருக்கின்றனர்," என்று கூறிய அவர், ஒரு கணநேர மௌனத்திற்குப் பிறகு, "நான் மீண்டும் வகுப்பறைக்குச் செல்வதற்கான நேரம் வந்துவிட்டது," என்று கூறினார்.

சந்திரகுப்தன் அவருடைய பாதங்களுக்கு முன்னால் மண்டியிட்டு, "ஆச்சாரியாரே, நீங்கள் இல்லாமல் என்னால் எப்படி ஆட்சி செய்ய முடியும்? எனக்கு எப்போதும் உங்களுடைய வழிகாட்டுதல் தேவை. என் தீர்மானங்கள் சரியா அல்லது தவறா என்று வேறு எப்படி என்னால் அறிந்து கொள்ள முடியும்? இல்லை ஆச்சாரியாரே, நீங்கள் இங்கிருந்து போகக்கூடாது. எனக்கு நீங்கள் தேவை. இந்த நாட்டிற்கு நீங்கள் தேவை," என்று கூறினான்.

ஆனால் சாணக்கியர் இதை மறுக்கும் விதமாகத் தலையசைத்தார்.

"சந்திரகுப்தா, நான் இல்லாமல் ஆட்சி செய்ய நீ தயாராக இருக்கிறாய். உனக்கு அப்படித் தோன்றாவிட்டால்கூட, அதுதான் உண்மை. சில காலத்திற்கு முன்பு உன்னுடைய ஆலோசனையாளர்களில் சிலர் உன்னைத் தவறாக

வழிநடத்தியபோது, நீ என்னிடம் வருவதை நீ நிறுத்தியது உனக்கு நினைவிருக்கிறதா? அப்போது நீ தயாராக இல்லை என்பதை நான் அறிந்திருந்ததால், நான் உன்னிடம் வந்தேன். ஆனால் இன்று, விஷயம் வேறு விதமாக இருக்கிறது. நீ தயாராக இல்லை என்று நீ நினைக்கிறாய். ஆனால் நீ தயாராக இருக்கிறாய் என்பதை நான் அறிவேன். உன்னால் உன் சொந்தக் கால்களில் நிற்க முடியும். மகனே, நீ ஒரு வளர்ந்த மனிதன். உன்னைக் குறித்து நான் பெருமைப்படுகிறேன். உனக்கு ஒரு நீண்ட, செழிப்பான ஆட்சி அமையட்டும்," என்று கூறிவிட்டுச் சாணக்கியர் அந்த அறையிலிருந்து வெளியேறினார். சந்திரகுப்தன் ஒரு பலமான சிந்தனையில் மூழ்கினான்.

ஆனாலும், அரண்மனையிலிருந்து இறுதி அடியை வெளியே எடுத்து வைப்பதற்கு ஓர் உள்ளார்ந்த உந்துதலுக்காகச் சாணக்கியர் காத்துக் கொண்டிருந்தார். அன்றிரவு, அவர் தன் தந்தையைத் தன் கனவில் பார்த்தார். அவருடைய தந்தை சாணகர் ஓர் அன்பான குரலில் இப்படிக் கூறினார்: "மகனே, நீ எனக்குப் பெருமை சேர்த்துள்ளாய். சக்திவாய்ந்த, செழிப்பான ஒரு பாரதத்தை நான் காண விரும்பியிருந்தேன். ஆனால் அது என்னுடைய வாழ்நாளின்போது மெய்யாகவில்லை. நீ என் கனவை மெய்யாக்கியிருக்கிறாய். ஆனால் எனக்கு இன்னுமோர் ஆசை இருந்தது. இந்த நாட்டை லௌகீகச் செழிப்புக் கொண்ட ஒரு நாடாக மட்டுமல்லாமல், ஆன்மீக மகத்துவம் கொண்ட ஒன்றாகவும் ஆக்க வேண்டும் என்பதுதான் அது. நீ இந்த இரண்டு விஷயங்களையும் யதார்த்தமாக ஆக்கியுள்ளாய்."

சாணக்கியர் கண்விழித்தபோது, தன் வாழ்வின் அடுத்தக் குறிக்கோள் என்ன என்பதைப் புரிந்து கொண்டார். "அப்பா, உங்கள் கனவை நிறைவேற்றுவதற்கு நான் ஏதேனும் செய்திருந்ததாக நீங்கள் நினைத்தால், நான் அதிர்ஷ்டக்காரன் என்று நான் நினைத்துக் கொள்வேன்," என்று அவர் தனக்குள் நினைத்துக் கொண்டார்.

அன்றுநள்ளிரவில், சாணக்கியர் அந்த அரண்மனையைவிட்டு வெளியேறி, காட்டில் இருந்த தன்னுடைய ஆசிரமத்திற்குச் சென்றார். அவரைப் போன்ற ஓர் ஆசிரியருக்கு ஏற்றச் சரியான இடம் அது. அவர் செய்ய வேண்டியிருந்த மிகச் சிறந்த காரியம் இன்னும் செய்யப்பட வேண்டியிருந்தது.

உள்நோக்குகள்

♦ ஆசிரியர்கள் வெறுமனே கற்றுக் கொடுப்பதில்லை; மாறாக, லட்சக்கணக்கானோரின் தலைவிதியையும் அவர்கள் செதுக்குகின்றனர்.

♦ ஒருவருடைய வாழ்க்கைக் குறிக்கோள் நிறைவேறியவுடன், அவர் இன்னுமோர் உயர்ந்த குறிக்கோளை நோக்கி முயற்சி மேற்கொள்ள வேண்டும்.

♦ எப்போது ஒரு விஷயத்தை விட்டுத்தள்ள வேண்டும் என்பதை அறிந்திடுங்கள். நம்முடைய நடவடிக்கைகளிலிருந்து நம்மை விடுவித்துக் கொள்வது ஓர் உயர்ந்த ஆன்மீக நோக்கத்திற்கு நம்மை இட்டுச் செல்லும்.

அத்தியாயம் 8

அனுபவச் செல்வம்

ஆச்சாரியார் நீதி

வாழ்க்கை நமக்குப் பல விஷயங்களைக் கற்றுக் கொடுக்கிறது. ஆனால், நமக்குக் கற்றுக் கொடுக்கப்பட்டுள்ள பாடங்களையெல்லாம் கொண்டு நாம் என்ன செய்கிறோம் என்பதுதான் இங்கு முக்கியமான கேள்வி.

நம்முடைய அனுபவங்களிலிருந்து பலன் பெறக்கூடிய மக்களுடன் அந்த அனுபவங்களைப் பகிர்ந்து கொள்வதுதான் நாம் செய்யக்கூடிய மிக முக்கியமான விஷயமாக இருக்கும். நம்முடைய அனுபவங்கள் நல்லவையாக இருந்தாலும் சரி, அல்லது மோசமானவையாக இருந்தாலும் சரி, அவை மிகவும் மதிப்புவாய்ந்தவையாகும். அனுபவமும் ஞானமும் அமையப் பெற்ற ஒரு நபர் நம்முடைய சமுதாயத்திற்கான ஒரு சொத்தாவார்.

ஆச்சாரியார் கதை

சாணக்கியர் அரசவை வாழ்க்கையிலிருந்து ஓய்வு பெற்றிருந்தபோதிலும், அவர் வெறுமனே ஓய்ந்திருக்கவில்லை. காட்டு குருகுலத்தில் அவர் தொடர்ந்து சிந்தித்துக் கொண்டும், தியானம் செய்து கொண்டும், அடுத்தத் தலைமுறை மாணவர்களுக்குக் கற்றுக் கொடுத்துக் கொண்டும் இருந்தார்.

ஒருநாள், இன்னொரு குருகுலத்தைச் சேர்ந்த ஒரு சக ஆசிரியர் அவரை சந்திக்க வந்தார். அவர் சாணக்கியரின் நண்பரும்கூட. அவர்கள் இருவரும் தங்களுடைய வாழ்க்கையைப் பின்னோக்கிப் பார்த்து அலசிக் கொண்டிருந்தபோது, சாணக்கியர் அவரிடம், "வாழ்வில் சிறந்தவற்றையும் மோசமானவற்றையும் நான் பார்த்திருக்கிறேன். நான் பல விஷயங்களைப் பார்த்துள்ளேன். அவற்றில் சில, நான் பார்க்க விரும்பியவை, மற்றவை நான் பார்க்க விரும்பாதவை," என்று கூறினார்.

அதற்கு அவருடைய நண்பர், "உன்னுடைய அனுபவத்தைக் கொண்டு இப்போது நீ என்ன செய்யத் திட்டமிட்டிருக்கிறாய்?" என்று கேட்டார்.

சாணக்கியர் ஏதோ யோசித்தபடி, "என்னிடம் ஒரு திட்டம் இருக்கிறது," என்று கூறினார்.

"திட்டமா?" என்று கேட்ட அந்த நண்பருக்கு ஒருவித ஆர்வம் ஏற்பட்டது.

"நான் என்னுடைய அனுபவங்களை ஆவணப்படுத்தப் போகிறேன். நான் இறந்துவிட்டால், எனக்குத் தெரிந்த அனைத்து விஷயங்களும் தேவையானவர்களுக்குக் கிடைப்பதற்கு அது உதவும்," என்று சாணக்கியர் கூறினார்.

அவர் தன் நண்பரை நேராகப் பார்த்து, "நான் என்னுடைய சொந்த அர்த்தசாஸ்திரத்தை எழுதப் போகிறேன். கௌடில்யரின் அர்த்தசாஸ்திரம் என்று நான் அதற்குப் பெயரிடப் போகிறேன்," என்று கூறினார்.

சாணக்கியர் கூறிக் கொண்டிருந்த விஷயத்தின் முக்கியத்துவத்தை அவருடைய நண்பரால் புரிந்து கொள்ள முடிந்தது.

சாணக்கியர் தொடர்ந்து பேசினார். "உலகம் என்பது கற்றலுக்கான ஓர் இடம். நமக்கென்று சொந்த அனுபவங்கள் உள்ளன. மற்றவர்களிடமிருந்து நாம் கற்றுக் கொள்ளும் விஷயங்களைக் கொண்டு நம்முடைய அனுபவங்களை நாம் பெருக்கிக் கொள்கிறோம். இந்த அறிவை மற்றவர்களுக்குப் பரப்புவது நம்முடைய தார்மீகப் பொறுப்பாகும்.

"ராஜநீதி (அரசியல்) துறையில் நான் என்னுடைய ஒட்டுமொத்த வாழ்நாளையும் செலவிட்டு வந்துள்ளேன். அது என்னுடைய ஆழ்விருப்பமாகவும் தொழிலாகவும் இருந்து வந்துள்ளது. அரசியலியலைக் கற்றுக் கொடுத்த ஓர் ஆசிரியரின் மகனாக நான் பிறந்தேன். ஒரு மாணவன் என்ற முறையில் தட்சசீலப் பல்கலைக்கழகத்தில் அதை ஒரு பாடமாக நான் பயின்றேன். சந்திரகுப்தனின் அரசவையில் அதை நான் நடைமுறையில் செயல்படுத்தினேன். இப்போது நான் அதைப் பற்றி எழுதப் போகிறேன்."

சாணக்கியரின் அடுத்த எண்ணம் முற்றிலும் பகுத்தறிவுப்பூர்வமானதாக இருந்தது. அரசியலைப் பற்றி எழுதுவதற்கு அவரைவிட அதிகத் தகுதி வாய்ந்த நபர் வேறு யார் இருக்க முடியும்?

"அர்த்தசாஸ்திரம் என்பது அரசியலைப் பற்றிய உச்சகட்ட அறிவாகும். இதைப் பற்றிப் பல ஆச்சாரியார்களும் ஆசிரியர்களும் தங்கள் சொந்த நூல்களை எழுதியுள்ளனர். நான் அவை அனைத்தையும் படித்துள்ளேன், அவற்றின் சாராம்சத்தைப் புரிந்துள்ளேன். அர்த்தசாஸ்திரத்தின் முந்தைய ஆசிரியர்கள் பலர், இவ்விஷயம் பற்றிய தங்களுடைய சொந்தப் புரிதலையும் அனுபவங்களையும் எழுத்தில் வடித்துள்ளனர். சுக்கிராச்சாரியார், பிரகஸ்பதி, உஷானாஸ், மனு ஆகியோரும், மகாபாரதத்தில் பீஷ்மரும் கிருஷ்ணனும்கூட ராஜநீதியைப் பற்றி விரிவாகப் பேசியுள்ளனர். அரசியல் துறைக்கு அவர்கள்

அளித்துள்ள பங்களிப்பு அவர்களுடைய தலைமுறைகளைச் சேர்ந்த மாணவர்களுக்கு முக்கியமானதாக இருந்து வந்துள்ளது."

சாணக்கியர் ஒரு கணம் நிதானித்துவிட்டு, "ஆனால் அந்த அர்த்தசாஸ்திரங்கள் ஒவ்வொன்றும் ஒரு குறிப்பிட்டத் தலைமுறைக்காகவும் அதன் சவால்களுக்காகவும் எழுதப்பட்டவை, கற்றுக் கொடுக்கப்பட்டவை. அவற்றில் பல இன்றும் பொருத்தமாக இருந்தாலும், சில வழக்கங்கள் இக்காலத்திற்குப் பொருந்தாதவையாக இருக்கின்றன. நம்முடைய தலைமுறையினருக்கு ஏற்றாற்போல ஆக்குவதற்கு நான் அந்தப் படிப்பினைகளில் சில மாற்றங்களை ஏற்படுத்தப் போகிறேன். எனவே, நான் என்னுடைய சொந்த அர்த்தசாஸ்திரத்தை எழுதப் போகிறேன்," என்று கூறினார்.

"விஷ்ணுகுப்தா, இது உண்மையிலேயே ஓர் அற்புதமான திட்டம்!" என்று அவருடைய நண்பர் சிலாகித்தார். பிறகு, "நீ அதை எழுதி முடித்தப் பிறகு, நானும் அதைப் படித்து என் மாணவர்களுக்கு அதைக் கற்றுக் கொடுப்பேன். உன்னுடைய பணி, நிர்வாகத் துறைக்கு ஒரு மாபெரும் பங்களிப்பாக இருக்கும். நீ எல்லாவற்றையும் சாதித்துவிட்டாய். உன்னுடைய அர்த்தசாஸ்திரம் தகவல்கள் நிரம்பியதாகவும், காலத்தால் அழியாததாகவும், எல்லோருக்கும் மதிப்புவாய்ந்ததாகவும் இருக்கப் போகிறது," என்று அவர் கூறினார்.

விரைவில் சாணக்கியர் தன் வேலையைத் துவக்கினார். முந்தைய அர்த்தசாஸ்திரங்களைப் படித்து, அவற்றிலிருந்து குறிப்பெடுப்பதில் அவர் அதிகப்படியான நேரத்தைச் செலவிட்டார். அவர் தன்னுடைய அர்த்தசாஸ்திரத்தைப் பதினைந்து நூல்களாகவும் நூற்று ஐம்பது அத்தியாயங்களாகவும் பிரித்தார். அவர் அதை எழுதி முடித்தபோது, அவருடைய உரையில் ஆறாயிரம் சூத்திரங்கள் இருந்தன. கௌடில்யரின் அர்த்தசாஸ்திரத்தின் ஆரம்பச் சூத்திரம் பின்வருமாறு அமைந்துள்ளது:

"அரசியல் அறிவியலுக்கான இந்த ஆவணம், இந்த உலகைப் பாதுகாத்துப் பேணுவதற்காக எண்ணற்றப் பழங்கால ஆசான்களால் ஏற்கனவே உருவாக்கப்பட்டிருக்கின்ற ஆவணங்களைத் தொகுத்து உருவாக்கப்பட்டுள்ளது."

அவர் மேலும் இப்படித் தொடர்கிறார்:

"எளிதாகப் புரிந்து கொள்கின்ற மற்றும் கற்றுக் கொள்கின்ற விதத்திலும், இதில் கூறப்பட்டுள்ள கோட்பாடுகள் தேவையின்றி நீட்டி முழக்கப்படாமலும் சலிப்பு ஏற்படுத்தாமலும் இருக்கும் விதத்திலும், எழுத்திலும் பொருளிலும் துல்லியமாக இருக்கும் விதத்திலும் இந்த அறிவியல் படைப்பு கௌடில்யரால் தொகுக்கப்பட்டுள்ளது."

ஓர் அரசனும் அவனுடைய அமைச்சர்களும் தேர்ந்தெடுக்கப்படுகின்ற விதம், வருவாய் வசூலிப்பு, சட்டம் மற்றும் ஒழுங்கு, நீதிபதிகளின் கடமைகள், பொது நிர்வாகம், குற்றவாளிகளைக் களைதல், உளவு வேலை மற்றும் போர் உத்திகள் உட்பட 180 வெவ்வேறு விஷயங்கள் கௌடில்யரின் அர்த்தசாஸ்திரத்தில் உள்ளடங்கியுள்ளன.

தன்னுடைய நூலின் முடிவில் சாணக்கியர் இவ்வாறு எழுதுகிறார்:

"இந்த அறிவியலானது செம்மையான ஆன்மீகம், லௌகீக நன்மைகள் மற்றும் இன்பங்களை எடுத்துரைத்து அவற்றைப் பாதுகாக்க முனைகிறது. அதோடு, தீய ஆன்மீகம், பொருளிழப்பு, வெறுப்பு ஆகியவற்றை அழிக்கவும் இது உதவுகிறது..."

அவர் இவ்வாறு அதை நிறைவு செய்கிறார்:

"அறிவியல் ஆவணங்களுக்குப் பகுப்புரை வழங்கும் எழுத்தாளர்கள் செய்கின்ற எண்ணற்றத் தவறுகளை விஷ்ணுகுப்தர் கண்கூடாகக் கண்டதால், இந்தப் பாசுரங்களையும் சூத்திரங்களையும் அவர் தானே சொந்தமாகப் படைத்தார்."

சாணக்கியர் மட்டும் அர்த்தசாஸ்திரத்தை எழுதியிருக்காவிட்டால் ஒரு மாபெரும் அறிவுக் களஞ்சியம் நமக்குக் கிடைக்காமல் போயிருக்கும்.

உள்நோக்குகள்

♦ தாங்கள் வேலை செய்துள்ள துறையில் மதிப்புவாய்ந்த அனுபவங்கள் ஒவ்வொருவருக்கும் இருக்கின்றன. தாங்கள் பெறுகின்ற இந்த அறிவை அவர்கள் மற்றவர்களுக்கு வழங்குவது முக்கியமாகும்.

♦ உங்களுடைய அனுபவங்களை மற்றவர்கள் அறிந்து கொள்ளும்படி செய்வதற்கான சிறந்த வழி, அவற்றை ஆவணப்படுத்துவதுதான். அது பலருக்கு உத்வேகமூட்டுவதாக இருக்கும்.

♦ உங்கள் துறையில் உங்களுக்கு முந்தைய நிபுணர்கள் செய்துள்ள வேலைகளை முதலில் ஆய்வு செய்யுங்கள். பிறகு உங்களுடைய அனுபவங்களை அதனோடு சேர்த்துக் கொள்ளுங்கள். இறுதியில், நீங்கள் உங்கள் துறையைப் பற்றிப் புரிந்துள்ள விதத்தில் அதைப் பற்றி எழுதுங்கள்.

அத்தியாயம் 9

நல்ல நிர்வாகத்திற்கான ரகசியம்

ஆச்சாரியார் நீதி

மாணவர்கள் இல்லாமல் ஓர் ஆசிரியருக்கு எந்த மதிப்பும் இல்லை. பல்வேறுபட்டக் காரணங்களுக்காக மாணவர்கள் ஆசிரியர்களைத் தேடிச் செல்கின்றனர். பெரும்பாலான சமயங்களில், பிரபலமான ஆசிரியர்களிடமிருந்து அவர்கள் கற்றுக் கொள்ள விரும்புவது ஒரு காரணமாக இருக்கலாம். ஆனால், பல சமயங்களில், முன்மாதிரி மாணவர்களால்தான் ஓர் ஆசிரியர் பிரபலமடைகிறார்.

ஆச்சாரியார் கதை

காலப்போக்கில், சாணக்கியரின் புகழ் எல்லா இடங்களிலும் பரவியது. நாடு முழுவதிலும் இருந்து மாணவர்கள் அவரிடம் பயில வந்தனர். வெளிநாடுகளில் இருந்துகூட மாணவர்கள் வந்தனர்.

மேலும், கல்வியாளர்களின் வட்டாரத்தில் அர்த்தசாஸ்திரம் பிரபலமடையத் தொடங்கியிருந்தது. நல்ல நிர்வாகத்திற்கான உச்சகட்டத் தொகுப்பாக அது கருதப்பட்டது.

ஒருநாள், கிரேக்க நாட்டைச் சேர்ந்த அரசியலியல் மாணவர்கள், பாரதம் என்ற வளமான, செழிப்பான நாடு ஒன்று இருந்ததை அறிந்தனர். அந்நாட்டின் செழிப்பிற்கான காரணத்தை அவர்கள் அறிந்து கொள்ள விரும்பினர். ஏனெனில், அவர்கள் அதைத் தங்கள் நாட்டில் நடைமுறைப்படுத்த விரும்பினர். பாரதத்திற்கு வந்து, தாங்களே அதை நேரில் அறிந்து கொள்வதென்று அவர்கள் தீர்மானித்தனர்.

ஆனால், நாட்டின் வளர்ச்சியில் சாணக்கியரின் பங்கைப் பற்றி அவர்கள் அறிந்திருக்கவில்லை. அவர்கள் இங்கு வந்தபோது, தாங்கள் கேள்விப்பட்டிருந்ததைவிட இந்நாடு அதிகச் செல்வச் செழிப்போடு இருந்ததைக் கண்டு அவர்கள் ஆச்சரியமடைந்தனர். அவர்கள் பாரதம் நெடுகிலும் பயணித்தனர். எங்கு பார்த்தாலும் செழிப்பும் அபரிமிதமும் மகிழ்ச்சியும் பொங்கி வழிந்ததை அவர்கள் கண்டனர். அவர்களுக்கு இது ஒரு வித்தியாசமான, புதிய உலகமாக இருந்தது.

ஒருநாள், ஒரு சந்தையில், அவர்கள் ஒருவரிடம், "உங்கள் நாடு எப்படி இவ்வளவு மகிழ்ச்சியாகவும் செழிப்பாகவும் இருக்கிறது?" என்று கேட்டனர்.

அதற்கு அந்த நபர் நன்றிப்பெருக்கோடு, "எங்கள் அரசர் சந்திரகுப்தர்தான் இதற்குக் காரணம். எங்கள் நாட்டின் பொருளாதாரக் கொள்கைகளும் ஆன்மீகக் கொள்கைகளும் மிகவும் ஆழமானவை, வலிமையானவை. நாங்கள் அனைவரும் கடினமாக உழைக்கிறோம். அதற்கேற்ற வெகுமதி எங்களுக்குக் கிடைக்கிறது. இங்கு எல்லாமே நியாயமாக இருக்கின்றன," என்று கூறினார்.

எனவே, அரசன் சந்திரகுப்தனை சந்திப்பதென்று அந்த மாணவர்கள் தீர்மானித்தனர். மறுநாள், அரசனை நேரில் காண அவர்கள் அவனுடைய தலைநகரை நோக்கிப் பயணித்தனர்.

சந்திரகுப்தனின் அரண்மனை பிரம்மாண்டமானதாக இருந்தது. அம்மாணவர்களுக்குப் படைக்கப்பட்டப் பல்வேறு வகையான உணவு அவர்களுடைய கற்பனைக்கு அப்பாற்பட்டதாக இருந்தது. அரசன் சந்திரகுப்தனை அவர்கள் புகழ்ந்து தள்ளினர். "அரசே, உங்களுடைய விருந்தோம்பலுக்கு நன்றி. நீங்கள் எங்களுக்குக் கொடுத்துள்ள இந்த ராஜ உபசாரம் எங்களைப் பணிவு கொள்ளச் செய்துள்ளது," என்று அவர்கள் கூறினர்.

"விருந்தினர்களைக் கடவுளுக்கு ஒப்பாக நடத்துவது எங்கள் நாட்டின் பாரம்பரியம்," என்று சந்திரகுப்தன் கூறினான்.

அந்த கிரேக்க மாணவர்கள் எதற்காக வந்திருந்தார்களோ, இப்போது அவர்கள் அதைக் கற்றுக் கொள்ள விரும்பினர். அவர்களுடைய வயிறுகள் நிரம்பியிருந்தன. இப்போது அரசன் மூலமாகத் தங்கள் அறிவுப் பசியைப் போக்கிக் கொள்ள அவர்கள் விரும்பினர். எனவே, அவர்கள் இந்த முக்கியமான கேள்வியைக் கேட்டனர்:

"உங்களுடைய குடிமக்கள் மிகவும் மகிழ்ச்சியாக இருக்கின்றனர், உங்களை மனதாரப் புகழ்கின்றனர். நீங்கள் எப்படி இந்த ராஜ்யத்தை இவ்வளவு சிறப்பாக ஆட்சி செய்கிறீர்கள்?"

சந்திரகுப்தன் சிரித்துவிட்டு, "நீங்கள் தவறாகப் புரிந்து கொண்டுள்ளீர்கள். நான் இந்த நாட்டை ஆட்சி செய்வதாக யார் சொன்னது?" என்று கேட்டான்.

அந்த மாணவர்கள் ஒருவரையொருவர் பார்த்தனர். அரசனுடைய பதிலுக்கு என்ன பதில் கூற வேண்டும் என்று அவர்களுக்குத் தெரியவில்லை.

"உண்மையில், இந்த ராஜ்யத்தை ஆட்சி செய்வது நானல்ல, என் குருதான். பொதுமக்களுக்குத் தெரியாத ரகசியம் இது," என்று சந்திரகுப்தன் கூறினான்.

இதைக் கேட்டு அந்த மாணவர்கள் ஆச்சரியமடைந்தனர். "ஓர் ஆசிரியரால் எப்படி ஒரு நாட்டை ஆள முடியும்? அது அரசனின் வேலையல்லவா?" என்று அவர்கள் யோசித்தனர்.

தாங்கள் கூறும் ஏதேனும் இந்தியக் கலாச்சாரத்தையும் பாரம்பரியத்தையும் இழிவுபடுத்திவிடுமோ என்ற பயத்தில் அவர்கள் எதுவும் கூறாமல் இருந்துவிட்டனர். பிறகு, "யார் உங்கள் குரு? நாங்களும் அவரை சந்திக்கலாமா?" என்று அவர்கள் கேட்டனர்.

சந்திரகுப்தன் மகிழ்ச்சியாக இதற்கு ஒப்புக் கொண்டான். "மாணவர்களை சந்திப்பதில் ஆச்சாரியார் எப்போதுமே மகிழ்ச்சி கொள்வார். அறிவைத் தேடி வருகின்றவர்களை சந்திப்பதைவிட அவருக்கு அதிக மகிழ்ச்சியைக் கொடுப்பது வேறு எதுவும் இல்லை. நாளை காலையில், காட்டிலுள்ள அவருடைய ஆசிரமத்திற்கு என்னுடைய காவலர்கள் உங்களைக் கூட்டிச் செல்வார்கள்," என்று அவன் கூறினான்.

இது அந்த மாணவர்களை மேலும் ஆச்சரியப்படுத்தியது. "இந்த ராஜ்யத்தின் மிகவும் சக்திவாய்ந்த நபர் இந்த அரசனல்ல. அதோடு, அந்நபர் வாழ்வது ஒரு காட்டில் . . ." என்று அவர்கள் யோசித்தனர்.

"நீங்கள் ஒரு மாபெரும் மனிதரை சந்திக்கப் போகிறீர்கள் என்பதை நினைவில் கொள்ளுங்கள். அவரிடமிருந்து என்னவெல்லாம் கற்றுக் கொள்ள முடியுமோ, அவற்றைக் கற்றுக் கொள்ள முயற்சி செய்யுங்கள்," என்று கூறிவிட்டு, சந்திரகுப்தன் அவர்களை வழியனுப்பி வைத்தான்.

அந்த மாணவர்கள் சாணக்கியரின் ஆசிரமத்திற்கு வந்தபோது, அடிப்படைத் தேவைகளுடன்கூடிய ஓர் எளிய வசிப்பிடமாக அது இருந்ததை அவர்கள் கண்டனர். அங்கு பல இளம் மாணவர்கள் அங்குமிங்கும் திரிந்து கொண்டிருந்தனர். இறுதியில் அந்த கிரேக்க மாணவர்கள் சாணக்கியரை சந்தித்தபோது, அவர் ஒரு சாதாரணமான தோற்றம் கொண்டவராக இருந்ததைக் கண்டு அவர்கள் வியந்தனர்.

"ஆச்சாரியாரே, நாங்கள் முதலில் எங்கள் வணக்கத்தைத் தெரிவித்துக் கொள்ள விரும்புகிறோம். காட்டிற்குள் இருந்தபடி எப்படி இந்த ராஜ்யத்தை உங்களால் ஆள முடிகிறது?" என்று அவர்கள் ஆர்வத்தோடு கேட்டனர்.

"நான் இந்த ராஜ்யத்தை ஆட்சி செய்கிறேனா . . . ?" என்று கேட்டச் சாணக்கியரின் முகத்தில் ஒரு கேள்விக்குறி முளைத்தது.

இப்போது அந்த மாணவர்கள் முற்றிலுமாகக் குழம்பிப் போனார்கள். "பரதவர்ஷத்தைப் பற்றியும் அதன் செழிப்பைப் பற்றியும் நாங்கள் கேள்விப்பட்டு, அதை நீங்கள் எப்படிச் சாதித்தீர்கள் என்பதைக் கற்றுக் கொள்வதற்காக நாங்கள் இவ்வளவு தூரம் பயணம் செய்து வந்துள்ளோம். நாங்கள் இங்கே

வந்து இறங்கியபோது, இந்நாட்டின் செழிப்பிற்குக் காரணம் தங்களுடைய அரசர் சந்திரகுப்தர்தான் என்று பொதுமக்கள் கூறினர். ஆனால், இந்நாட்டின் முன்னேற்றத்திற்கான உண்மையான காரணம் நீங்கள்தான் என்று அரசர் எங்களிடம் கூறினார். எது உண்மை என்று தயவு செய்து எங்களுக்குக் கூறுங்கள்," என்று அவர்கள் கேட்டனர்.

சாணக்கியர் புன்னகைத்துவிட்டு, "தர்மம்தான் இந்நாட்டை ஆண்டு கொண்டிருக்கிறது. தர்மத்தின் பாதையை அரசனுக்குக் காட்டுவது என்னுடைய கடமை. அவர் அந்த அறிவைப் பயன்படுத்தி இந்த ராஜ்யத்தைத் தானே நடத்துகிறார்," என்று கூறினார்.

இப்போது அந்த மாணவர்களுக்கு எல்லாம் புரிந்தது. குரு வழிநடத்துகிறார், அரசர் அதைப் பின்பற்றுகிறார் – அவர்கள் இருவருமாகச் சேர்ந்து தங்கள் நாட்டைச் செழிப்பிற்கு இட்டுச் செல்கின்றனர். நல்ல நிர்வாகத்திற்கான ரகசியம் இதுதான்.

உள்நோக்குகள்

♦ ஒரு நாட்டின் வெற்றியும் முன்னேற்றமும் ஓர் உலகளாவிய கண்ணோட்டத்திலிருந்து கவனிக்கப்பட ஒருபோதும் தவறுவதில்லை.

♦ சில சமயங்களில், அரசனைவிட அவனுடைய குரு அதிக சக்திவாய்ந்தவராக இருக்கிறார்.

♦ தர்மத்தைப் பின்பற்றுவது ஒரு சமுதாயத்தை மகிழ்ச்சிப்படுத்துகிறது. தர்மத்தின்படி நடக்கின்ற ஒரு தாயம்தான் ஒரு மகிழ்ச்சியான சமுதாயமாகும்.

அத்தியாயம் 10

உலகைவிட்டுப் பிரிதல்

ஆச்சாரியார் நீதி

வாழ்க்கை நமக்கு வழங்குகின்ற ஒரே உத்தரவாதம் மரணம்தான். ஆனால் நமக்கு யாருடைய வாழ்க்கை உத்வேகமூட்டியதோ, அவர்கள் தொடர்ந்து வாழ்கின்றனர். அவர்களுடைய வாழ்வில் நிகழ்ந்த ஒவ்வொரு சம்பவமும், அவர்களுடைய ஒவ்வோர் அனுபவமும் மற்றவர்களுக்கு ஒரு பாடமாக ஆகின்றன.

ஆனால், மற்றவர்கள் தங்கள் மதிப்பை அங்கீகரிக்கிறார்களா இல்லையா என்பதைப் பற்றி அவர்கள் கவலைப்படுவதில்லை. தங்கள் வாழ்க்கைக் குறிக்கோள் மட்டுமே அவர்களுக்கு முக்கியமாக இருக்கிறது. அவர்கள் அதை அடைந்தவுடன், எந்தப் பின்வருத்தமும் இன்றி இவ்வுலகைவிட்டுச் செல்லத் தயாராக இருக்கின்றனர்.

சாணக்கியரின் வாழ்க்கையும் பிறருக்கு உத்வேகமூட்டுவதாக உள்ளது. ஒரு சாதாரண கிராமத்துச் சிறுவனாக இருந்த அவர், தன்னுடைய காலகட்டத்தின் மாபெரும் தத்துவவியலாளர்கள் மற்றும் ஆசிரியர்களில் ஒருவராக ஆனார். நம்முடைய ஞான வளத்திற்கு அவர் ஆற்றியுள்ள பங்களிப்பைப் பற்றிக் குறிப்பிடாமல் நம்முடைய இந்திய வரலாறு முழுமை பெறாது.

ஆச்சாரியார் கதை

ஒருநாள், ஒரு மாணவன் அவரிடம், "ஆச்சாரியாரே, நீங்கள் எங்களுக்குக் கற்றுக் கொடுக்க வேண்டிய பாடம் இன்னும் ஏதேனும் இருக்கிறதா?" என்று கேட்டான்.

சாணக்கியர் ஒரு கணம் சிந்தித்துவிட்டு, "உயர்வான ஒன்றை அடைவதற்காகத் தாழ்வான ஒன்றை விட்டுக்கொடுத்துவிடு," என்று கூறினார்.

தன்னைச் சுற்றிலும் குழப்பமான முகங்களைக் கண்ட அவர், தன் விளக்கத்தைத் தொடர்ந்தார். "சில சமயங்களில், நாம் ஒரு கிராமத்தில் வளரும்போது, உயர்கல்விக்காகவோ அல்லது வியாபாரத்திற்காகவோ நகரத்திற்குச் செல்கிறோம். ஓர் ஒட்டுமொத்தக் குடும்பத்தைக் காப்பாற்றுவதற்காக, சில சமயங்களில் ஒரு தனிநபர் ஒரு தியாகம் செய்ய வேண்டியுள்ளது.

உலக நன்மைக்காக, நாம் நம்முடைய நாட்டை விட்டுக்கொடுக்க வேண்டியிருக்கும்."

பிறகு, சாணக்கியர் தன்னுடைய செய்தியின் ஆன்மீகரீதியான முக்கியத்துவத்தை விளக்கினார். "கடவுளுக்காக ஒருவன் எல்லாவற்றையும் விட்டுக்கொடுக்க வேண்டியிருக்கும். இவ்வுலகில் எதுவுமே நிரந்தரமாக நீடிப்பதில்லை. பணம் வரும், போகும். இளமை மறைகிறது, வாழ்க்கை முடிந்துவிடுகிறது. ஆனால், விசுவாசம் மட்டுமே நிரந்தரமானது."

சாணக்கியரும் பற்றின்மையைக் கடைபிடித்தார். உயர்ந்த நன்மைக்காக அவர் எல்லாவற்றையும் விட்டுக்கொடுத்தார். கடவுள்மீது அவர் முழுமையான விசுவாசம் கொண்டிருந்தார். தான் எவ்வளவு பிரச்சனைகளை எதிர்கொண்டாலும், என்றேனும் ஒருநாள் தான் வெற்றி பெறுவோம் என்று அவர் உறுதியாக நம்பினார். அவர் தன்னுடைய சவால்களை எதிர்கொண்டு, வாழ்வில் தொடர்ந்து எதிர்நீச்சல் போடுவதற்கு இந்த விசுவாசம்தான் அவருக்கு உதவியது.

அப்போது அந்த மாணவன் அவரிடம், "முன்பொரு சமயம், உங்களைவிட அதிக சக்திவாய்ந்த எதிரிகளால் நீங்கள் சூழப்பட்டு இருந்தீர்கள். யாரேனும் உங்களைக் கொன்றுவிடுவார்கள் என்ற பயம் உங்களுக்கு ஏற்படவில்லையா?" என்று கேட்டான்.

சாணக்கியர் இதைக் கேட்டுச் சிரித்தார். "மரணத்தைக் கண்டு பயப்படாத ஒருவன் வேறு எதைக் கண்டும் பயப்படுவதில்லை. உண்மையில், மற்றவர்கள்தான் அவனைக் கண்டு பயப்பட வேண்டும்."

பிறகு, அவர் அவர்களுக்கு ஒரு கதையைக் கூறினார்.

"என்னைக் கொல்வதற்குப் பல்வேறு முயற்சிகள் மேற்கொள்ளப்பட்டு வந்துள்ளன. ஒரு கொலைகாரன் எப்படியோ அரண்மனைக்கு உள்ளேயே வந்துவிட்டான். என்னுடைய உணவில் விஷத்தைக் கலக்க அவன் திட்டமிட்டிருந்தான்."

"ஆச்சாரியாரே, பிறகு அதை நீங்கள் எப்படிக் கண்டுபிடித்தீர்கள்?"

"என்னுடைய அர்த்தசாஸ்திரத்தின் மூன்றாவது அத்தியாயம்," என்று மட்டும் சாணக்கியர் பதிலளித்தார்.

அந்த அத்தியாயத்தை அந்த மாணவன் நினைவுபடுத்திப் பார்த்தான். "ஆமாம், விஷம் கலக்கப்பட்டச் சோற்றைச் சுற்றிலும் ஒருவிதமான நுரை ஏற்படும். வெந்தச் சோற்றுப் பருக்கைகள் நீல நிறத்தில் இருக்கும்," என்று அவன் கூறினான்.

"அது உண்மைதான். எனக்கு விஷம் வைத்த நபருக்கு என்ன நேர்ந்தது என்று உனக்குத் தெரியுமா?"

இப்போது அந்த மாணவன் ஆர்வத்தோடு அவரைப் பார்த்தான்.

"விஷம் கலக்கப்பட்ட உணவை எவ்வாறு அடையாளம் காண வேண்டும் என்பதை நான் கற்றிருந்தேன். எனவே, உணவில் விஷத்தை எப்படிக் கலப்பது என்பதையும் நான் அறிந்திருந்தேன். அடுத்த நாள், எனக்கு சமையல் செய்த அதே சமையற்காரனிடம் என்னுடைய எதிரியின் உணவையும் சமைக்கும்படி கூறினேன். நான் எப்படி இறக்க வேண்டும் என்று என் எதிரி நினைத்தானோ, அதே விதத்தில் அவன் இறந்து போனான்," என்று அவர் கூறினார்.

இப்படிப்பட்ட விஷயங்களைப் பற்றிப் பேசுவது அவருக்கு சலிப்பை ஏற்படுத்தியதுபோலும். எனவே, "நாம் மரணத்திற்கு பதிலாக வாழ்க்கையைப் பற்றிப் பேசலாம்," என்று அவர் கூறினார்.

திடீரென்று அவருடைய முகம் பிரகாசமடைந்தது. "எனக்கு எது மிகுந்த மகிழ்ச்சியைக் கொடுக்கிறது தெரியுமா?" என்று அவர் கேட்டார்.

"சந்திரகுப்தனின் பேரனான அசோகன்தான் எனக்கு மிகுந்த மகிழ்ச்சியைக் கொடுக்கிறான்," என்று கூறிய அவர், "சந்திரகுப்தனுக்குப் பிறகு பரதவர்ஷத்திற்கு என்ன நேருமோ என்று நான் யோசித்ததுண்டு. ஆனால், பிந்துசாரனும் அவனுடைய மகன் அசோகனும் அளப்பரிய தலைமைத்துவ ஆற்றலை வெளிப்படுத்தியுள்ளனர்," என்று கூறினார்.

சந்திரகுப்தனை அவர் எப்படி உருவாக்கினாரோ, அசோகனை வளர்த்தெடுப்பதிலும் அவர் அதேபோல ஏராளமான நேரத்தைச் செலவிட்டிருந்தார்.

"அசோகனுக்குப் பயிற்சி அளிப்பது சுலபமானதாக இருந்தது. அவனுடைய தாத்தாவான சந்திரகுப்தனுக்குப் பயிற்சி அளிப்பது கடினமாக இருந்த அளவுக்கு இவனைப் பயிற்றுவிப்பது கடினமான காரியமாக இருக்கவில்லை. ஏன் தெரியுமா? பட்டத்து இளவரசனாகப் பயிற்சி பெறக்கூடிய அளவுக்கு அசோகனுக்கு வயது ஆனபோது, ஒரு நாடு என்ற முறையில், எங்களுக்குக் குறைவான பிரச்சனைகளும் குறைவான புற அச்சுறுத்தல்களும் மட்டுமே இருந்தன. எனவே, என்னுடைய அனுபவத்திலிருந்து நான் அவனுக்குக் கற்றுக் கொடுத்தேன்."

தன்னுடைய வயதான காலத்தில், சாணக்கியர் பொதுமக்களின் பார்வையிலிருந்து ஒதுங்கிக் கொண்டார். அவர் ஒரு துறவியாக ஆகி, தியானம் செய்வதில் தன்னுடைய நேரம் முழுவதையும் செலவிட்டதாக நம்பப்படுகிறது. அவர் **இந்தப் பிறப்பு-இறப்புச் சுழற்சியிலிருந்து விடுபட்டு முக்தி அடைந்ததாகவும் கூறப்படுகிறது.**

அவரிடம் கேட்கப்பட்டக் கடைசிக் கேள்விகளில் ஒன்று இது: "ஆச்சாரியாரே, எங்களுக்கு உங்களுடைய வழிகாட்டுதல் தேவைப்பட்டால் நாங்கள் என்ன செய்வது? நாங்கள் உங்களை எங்கே கண்டுபிடிப்பது?"

அதற்கு அந்த மாணவனுக்குச் சாணக்கியர் இவ்வாறு உறுதியளித்தார்: "உனக்கு எது தேவைப்பட்டாலும், அதை நீ என்னுடைய அர்த்தசாஸ்திரத்தில் காண்பாய். உனக்குத் தேவையானதை அதில் உன்னால் கண்டுபிடிக்க முடியாவிட்டால், உனக்குள் சென்று, நான் உனக்குக் கற்றுக் கொடுத்தவற்றை நினைவுபடுத்திப் பார். உனக்கு எப்போதும் விடை கிடைக்கும்."

சாணக்கியரின் ஞானம் ஒருபோதும் மடியாது. அது இப்பிரபஞ்சத்தின் ஒரு நிரந்தரப் பகுதியாக இருந்து கொண்டே இருக்கும். அது மீண்டும் மீண்டும் பிறந்து, நாம் நம்முடைய வாழ்வின் தரத்தை மேம்படுத்திக் கொள்ள நமக்கு உதவும்.

உள்நோக்குகள்

♦ மனிதர்களால் நிரந்தரமாக உயிரோடு இருக்க முடியாது, ஆனால் அவர்கள் செய்கின்ற பணி என்றென்றும் நீடித்து நிலைத்திருக்கும். உங்கள் பெயர் சொல்லும்படி ஒரு மதிப்புவாய்ந்த சீதனத்தை இவ்வுலகிற்கு விட்டுச் செல்வதை உறுதி செய்யுங்கள்.

♦ ஞானமும் அறிவும் மட்டுமே உங்களை அழிக்கப்பட முடியாதவராக ஆக்குவதற்கான இரண்டு ஆயுதங்களாக இருக்கின்றன. அவ்விரண்டையும் உங்களிடம் வளர்த்துக் கொள்ளுங்கள்.

♦ ஓர் உயர்ந்த சக்தியின்மீது நம்பிக்கை கொள்வது உங்களுக்குப் பணிவைக் கற்றுக் கொடுக்கும். உங்களிடம் இருக்க வேண்டிய மிக முக்கியமான பண்புநலன் இதுதான்.

JAICO PUBLISHING HOUSE

Elevate Your Life. Transform Your World.

1946ல் தோற்றுவிக்கப்பட்ட ஜெய்கோ பப்ளிஷிங் ஹவுஸ் நிறுவனம், பரமஹம்ச யோகானந்தா, ஓஷோ, தலாய் லாமா, ஸ்ரீ ஸ்ரீ ரவிசங்கர், சத்குரு ராபின் ஷர்மா, தீபக் சோப்ரா, ஜாக் கேன்ஃபீல்டு, ஏக்நாத் ஈஸ்வரன், தேவ்தத் பட்னாயக், குஷ்வந்த் சிங், ஜான் மேக்ஸ்வெல், பிரையன் டிரேசி, ஸ்டீபன் ஹாக்கிங் போன்ற, உலகம் மேன்மையடைய உதவிய நூலாசிரியர்களின் படைப்புகளை வெளியிட்டு வந்துள்ளது.

காலம் சென்ற எங்களுடைய நிறுவனரான திரு. ஜமன் ஷா, ஜெய்கோவை முதன்முதலில் ஒரு புத்தக வினியோக நிறுவனமாகத்தான் தோற்றுவித்தார். இந்தியாவின் சுதந்திரம் எந்த நேரத்திலும் வந்துவிடும் என்பதை அவர் உணர்ந்தபோது, அவர் தன் நிறுவனத்திற்கு ஜெய்கோ என்று பெயர் சூட்டினார் (ஜெய் என்றால் இந்தியில் வெற்றி என்று பொருள்). வளர்ந்து வந்து கொண்டிருக்கும் ஒரு நாட்டில் எல்லோருக்கும் கட்டுப்படியாகும் விலையில் புத்தகங்கள் கிடைக்க வேண்டும் என்ற தேவையை நிறைவேற்றுவதற்காக, திரு ஷா அவர்கள், பின்னர் ஜெய்கோவின் சொந்தப் பதிப்பு நிறுவனத்தைத் துவக்கினார். இந்தியாவில் ஆங்கில மொழியில் 'பேப்பர் பேக்' புத்தகங்களைப் பதிப்பித்த முதல் நிறுவனம் ஜெய்கோதான்.

சுயமுன்னேற்றம், சமயம், தத்துவம், மனம்/உடல்/ஆன்மா, மற்றும் வணிகம் தொடர்பான நூல்களை நாங்கள் அதிகமாக வெளியிட்டு வந்தாலும், பயணம், நடப்பு நிகழ்வுகள், வாழ்க்கை வரலாறுகள், பிரபல அறிவியல் நூல்கள் ஆகியவற்றை உள்ளடக்கிய பலதரப்பட்ட நூல்களையும் நாங்கள் வெளியிடுகிறோம். பிரபலமான புதினங்கள்மீது இப்போது நாங்கள் குறிப்பிடத்தக்க கவனம் செலுத்தி வருகிறோம். இந்தியா மற்றும் வெளிநாடுகளைச் சேர்ந்த புதிய இளம் எழுத்தாளர்களின் பல்வேறு நூல்களை நாங்கள் வெளியிட்டிருப்பது இதற்குச் சான்று பகரும். மொழிபெயர்ப்புப் பிரிவு ஒன்றையும் சமீபத்தில் நாங்கள் துவக்கியிருக்கிறோம். சிறந்த ஆங்கில நூல்களை ஒன்பது இந்திய மொழிகளில் நாங்கள் மொழிபெயர்த்து வெளியிட்டு வருகிறோம்.

தன்னுடைய சொந்த நூல்களைப் பதிப்பிக்கின்ற மற்றும் வினியோகிக்கின்ற ஒரு நிறுவனமாக இருப்பதோடு கூடவே, சர்வதேச அளவிலும் இந்திய அளவிலும் முன்னணி வகிக்கின்ற பிற பதிப்பாளர்களின் படைப்புகளை இந்திய அளவில் வினியோகிக்கின்ற ஒரு பெரிய நிறுவனமாகவும் ஜெய்கோ திகழ்கிறது. மும்பையைத் தலைமையகமாகக் கொண்டு செயல்படுகின்ற ஜெய்கோவிற்கு, அகமதாபாத், பெங்களூர், போபால், புபனேஷ்வர், சென்னை, தில்லி, ஹைதராபாத், கொல்கத்தா, லக்னோ ஆகிய நகரங்களில் கிளைகளும் விற்பனை அலுவலகங்களும் இருக்கின்றன.

SINCE 1946